வானத்தின் வாசல் காட்டும்

ஸ்ரீ சக்ர பூஜை

பரமஹம்ச

ஸ்ரீ பரத்வாஜ் ஸ்வாமிகள்

சங்கர் பதிப்பகம்

15/21, டீச்சர்ஸ் கில்டு காலனி,
2வது தெரு, இராஜாஜி நகர் விரிவு,
வில்லிவாக்கம், சென்னை – 600 049
தொலைபேசி : 044 – 2 6 5 0 2 0 8 6 / 9444191256
email: shankar_pathippagam@yahoo.com
www.shankarpathippagam.com
www.bookthagam.com

வானத்தின் வாசல் காட்டும்
ஸ்ரீ சக்ர பூஜை : by Sri Bharathwaj Swamigal

பதிப்பு : **2021**

விலை : **₹160/-**

மொத்தப் பக்கங்கள் : 160

வெளியிட்டோர் : சங்கர் பதிப்பகம்,
15/21, டீச்சர்ஸ் கில்டு காலனி,
2–வது தெரு, இராஜாஜி நகர் விரிவு,
வில்லிவாக்கம்,
சென்னை – 600 049.
தொலைபேசி : 044 – 26502086
செல் : 9444191256

ஒளி அச்சு : ஸ்ரீ விக்னேஸ்வரா கிராஃபிக்ஸ்,
9884513164

முன் அட்டை : N. ரமேஷ், 9840676513

அச்சிட்டோர் : எம்.கே.கிராபிக்ஸ்,
சென்னை – 600 021.
செல்: 98408 28213

★★★

இரண்டு வார்த்தை

ஸ்ரீ சக்கரத்தில் இராஜ ராஜேஸ்வரியை எழுந்தருளச் செய்து முறைப்படி பூஜிப்பதின் மூலம் வானத்தில் உறையும் தேவர்கள் நமக்காக வாசல்களைத் திறந்து வரவேற்கக் காத்துக் கொண்டிருப்பார்கள். இந்த தத்துவத்தை நீங்கள் முழுவதுமாக அறிந்து கொள்ள வேண்டும் என்ற லட்சிய நோக்கில் "வானத்தின் வாசல் காட்டும் ஸ்ரீ சக்ர பூஜை" என்ற தலைப்பில் இந்நூல் உதயமாகியுள்ளது.

ஸ்ரீ சக்கரம் என்பது நமது உடல் தான். அதனுடைய ஜெராக்ஸ் வடிவம் தான் புறத்தில் செய்யப்படும் ஸ்ரீ சக்ர பூஜை. நம் உடல் என்னும் சக்ரத்தில் அன்னை இராஜ ராஜேஸ்வரி வீற்றிருக்கிறாள். ஆனால் நம்முடைய பேராசைகளும், லௌகிகப் பற்றுகளும் திரையாகித் தொங்குகின்றன. அதன் காரணமாகவே நமக்குள்ளே உறையும் அன்னை இராஜ ராஜேஸ்வரியை நம்மால் காண இயலவில்லை. ஸ்ரீ சக்ர பூஜையில் பல ஆவரணங்கள் உண்டு.

ஒவ்வொரு ஆவரணங்களிலும் தேவதைகள், தெய்வங்கள் உண்டு. இந்தத் தெய்வங்களும், தேவதைகளும் நீங்கள் விரும்பும் லௌகிகச் செல்வங்களை வாரி வழங்கிவிடும். அவைகளைப் பெற்று அதிலேயே உழல்பவர்கள் பரிபூரணத்தை அடைய முடியாது. எல்லா லௌகிக விஷயங்களையும் நீங்கள் நிராகரித்து விட்டு அன்னை இராஜ ராஜேஸ்வரியின் தரிசனம் ஒன்றே லட்சியம் என்ற நிலைக்கு வரும் போது இந்தத் தெய்வங்களும், தேவதைகளும் உங்களுக்கு வழி விடுகின்றன. அப்போது அன்னையின் தரிசனம் கிட்டுகிறது. இதுவே வேதத்தின் சாரம்.

அந்த நான்மறை தத்துவத்தில் ஸ்ரீ சக்கர பூஜை வாயிலாக உங்களுக்கு அளித்திருக்கிறோம். நீங்கள் அனைவரும் இந்நூலை வாசித்து அன்னை இராஜ ராஜேஸ்வரியின் தரிசனம் பெற்று தேவர்களுக்கே வழிகாட்டிகளாக விளங்க வேண்டும். உங்கள் வாழ்வில் எல்லா வெற்றிகளையும் பெற்று வாழ்வாங்கு வாழ எம்பெருமானார் ஸ்ரீ புவனேஸ்வரி சுவாமிகளின் திருவடிகளைச் சிந்திக்கின்றேன்.

பரமஹம்ச ஸ்ரீமத் பரத்வாஜ் சுவாமிகள்

★★★

நூலின் உள்ளே

1

தேவ லோக வாசலுக்கு அழைத்துச் செல்லும் ஸ்ரீ சக்ர பூஜை

ஒருவர் செயற்கரிய செயல்களை இந்தப் பூமியில் நிகழ்த்தும் போது தேவர்கள் பூமாரி பொழிகிறார்கள் என்று நாம் படித்திருக்கிறோம். அரிச்சந்திரன் இறுதி வரை சத்தியத்தில் உறுதியாக நின்றதைக் கண்ட தேவர்கள் பூமாரி பொழிந்தார்கள். தன் தந்தைக்காக இல்லற வாழ்வையும், அரச

பதவியையும் துச்சமெனத் தூக்கி எறிந்த பீஷ்மர் மீதும் தேவர்கள் பூமாரி பொழிந்தார்கள்.

இப்படி பல சான்றோர்களின் மீதும் மகரிஷிகள் மீதும் தேவர்கள் பூமாரி பொழிவது வழக்கமாக இருந்து வருகிறது. இதிலிருந்து என்ன தெரிகிறது? நாம் தருமத்தில் பிடிப்புள்ளவர்களாய் இந்தப் பூ மண்டலத்தில் செயற்கரிய செயல்களைச் செய்யும் போதெல்லாம் வானத்தில் உறையும் தேவர்கள் அகம் மகிழ்கிறார்கள். நம் செயலுக்கு துணை நிற்கிறார்கள். அத்தகைய தூயவர்களுக்காகத் தேவலோகத்தின் வாசலைத் திறந்து வைத்து அவர்களை வரவேற்க மகிழ்ச்சியுடன் காத்திருக்கிறார்கள்.

அதேபோல் இப்பூவுலகில் நாம் இயற்றும் தவம், பூஜை முதலானவற்றால் மகிழும் தேவர்கள் நமக்காக எல்லா

ஆற்றல்களையும் வழங்குகிறார்கள். ஸ்ரீ சக்கர பூஜை நமக்கு வானத்தின் வாசல்களை திறந்து வைக்கிறது. அது எப்படி?

இந்த வினாவுக்கு விடை கூறும் விதத்தில்தான் “வானத்தின் வாசல் காட்டும் ஸ்ரீ சக்கர பூஜை” என்ற தலைப்பில் இந்நூல் உதயமாகியிருக்கிறது. ஸ்ரீ சக்கரம் என்பது சாட்சாத் ராஜ ராஜேஸ்வரியின் வடிவமாகும். இந்த ஸ்ரீ சக்கர பீடத்தில் அவள் வீற்றிருக்கிறாள்.

ஹ்ரீம் க்ஷடத்ரய ரூபிணீம் ஸமய நீம்
ஸம்ஸாரிணீம் ஹம் ஸினீம்
வாமா சார பராயணீம் ஸீகுலனாம
பீஜா வதீம் முத்ரி ணீம்
காமா க்ஷிம் கருணார்த்ர சித்த ஸஹிதாம்
ஸ்ரீம் ஸ்ரீம் த்ரிமூர்த்யாத்மிகாம
ஸ்ரீ சக்ர ப்ரிய பிந்து தர்ப்பணபராம்
ஸ்ரீ ராஜராஜேஸ்வரீம்

ஒரு அறை பல லட்சம் வருடங்களாக இருள் சூழ்ந்து காணப்படுகிறது. அங்கு சென்று தீபம் ஒன்றை ஏற்றுகிறீர்கள். அப்போது என்ன நடக்கிறது? அறையை ஆக்ரமித்துக் கொண்டிருந்த இருள் அகன்று ஒளி வெள்ளம் அந்த அறையில் பரவி விடுகிறது.

பல லட்சம் வருடங்களாக இந்த அறையை நான் ஆக்ரமித்துக் கொண்டிருக்கிறேன். ஆகையால் நான் போக மாட்டேன் என்று இருள் சொல்வதில்லை. அப்படி சொல்லவும் முடியாது. ஒளி வந்தால் இருள் ஓடியே ஆக வேண்டும்.

அதேபோல உலகத்தவர் மனம் அற்ப உலக விஷயங்களிலேயே உழன்று கொண்டிருக்கிறது. ஒரு வருடம் அல்ல இரண்டு வருடமல்ல... பல பிறவிகளில் உலக விஷயங்களில் வீழ்ந்து கிடப்பதே இந்த மனதிற்குப் பழக்கமாகி விட்டது. அதனால்தான் இந்த மனம் அம்பிகையிடம் செல்வதற்கு தயக்கம் காட்டுகிறது.

இந்தத் தயக்கத்தைத் தகர்க்கும் மார்க்கம் அப்பியாசம் தான். பயிற்சி என்று சொல்லப்படுகின்ற அப்பியாசம் என்னும் திருவிளக்கை ஏற்றினால் பழக்கம் என்ற இருள் விலகியே ஆக வேண்டும்.

மிகப்பெரிய மலையை சிறு உளியானது சிறிது சிறிதாகப் பிளக்கிறது. அந்த மலையை சிற்பியானவன் திருக்கோயிலாக

வடிவமைத்து விடுவான். பயிற்சி செய்ய, செய்ய மனம் தானாக அம்பிகையிடம் லயிக்கத் தொடங்கி விடும்.

இந்த மனம் பணத்திடம் மயங்கிக் கிடக்கிறது. பட்டம், பதவிகளில் ஆழ்ந்து கிடக்கிறது. மோக வலையில் சிக்கி சிறப்பை இழந்து கொண்டிருக்கிறது. சுயநலம் என்ற பேயிடம் தத்தளித்துக் கொண்டிருக்கிறது. அறியாமை மயக்கத்தில் மயங்கிக் கிடக்கிறது. அச்சம் என்ற கொடும் புலியிடம் அவதிப்பட்டுக் கொண்டிருக்கிறது. கோழைத்தனம் என்ற கொடிய மிருகத்திடம் அடிமைப்பட்டு கிடக்கிறது.

இந்தக் கொடுமைகள் பல பிறவிகளின் பழக்கமாக இருப்பதால் அதிலேயே மனம் சுழன்றபடி இருக்கிறது. பொய் சொல்லக் கூடாது என்பது மிகச் சிறந்த தருமங்களில் ஒன்று. ஒரு பசுவானது தன் வாழ்நாள் முழுவதும் பொய்யே பேசுவதில்லை. ஆனால் அது கடைசி வரை பசுவாகவே இருக்கிறது. ஆனால் ஒரு மனிதன் பொய் பேசுகிறான். ஆனால் அந்த மனிதனே பயிற்சியின் மூலம் தெய்வ நிலையை அடைகிறான்.

மிருகங்கள்... பறவைகள் முதலானவற்றிற்கு கிடைக்காத பேறு மனிதனுக்கு கிடைக்கும் வாய்ப்பு இருக்கிறது. இந்த வாய்ப்பை நழுவ விடலாமா...?

கோடி சூரியன்கள் போல் பிரகாசம் உடைய வளே... மாதுளம் பூவின் நிறம் கொண்டவளே... செம்பருத்தி யின் நிறத்தையும் கொண்ட தாயே... பத்மராக மணியின் ஒளியாக உடையவளே... தங்க மயமான மலர்ந்த முகமும், இடுப்பில் சிறந்த பட்டாடை

யும் அணிந்தவளே... ரத்தினம் போல் ஒளி வீசும் மெட்டியை அளிந்தவளே... பட்டாடை மீது கிண்கிணி என ஒலி எழுப்பும் ஒட்டியாணம் அணிந்த உத்தமியே... வில் போன்ற வளைந்த புருவம் கொண்டவளே... நெற்றியில் ரத்ன திலகம் விளங்க ஜொலிப்பவளே... கரும்பு வில் புஷ்ப பாணம், பாசம் அங்குசம் ஏந்திய கரங்களை உடையவளே... எதையும் லட்சியம் செய்யாதவளே... புண்ணிய க்ஷேத்திர வடிவானவளே... தீர்த்த வடிவானவளே... ஆலய வடிவானவளே... வித்யா... சொரூபிணியே... அம்மா... இராஜராஜேஸ்வரி உன்னை தியானிக்கிறேன்.

ஆவாஹி தபவ ஸ்மஸ் தாமித பவ
ஸன்னிதா பிதாபவ

என்ற மந்திரங்களை எழுந்தருளச் செய்வாயாக. என்னை பழக்க தோஷத்திலிருந்து திசை திருப்பி விடுவாயாக என்று அம்பிகையிடம் வேண்டுங்கள்.

லௌகிகப் பழக்கம் மாறி லட்சியப் பாதையில் காலடி எடுத்து வைப்பீர்கள். உங்கள் தேகம் தான் ஸ்ரீ சக்கரம். அந்தக் கர்ணம் தான் திரிகோணம். தூய்மை நிறைந்த மனம்தான் பிந்துஸ்தானம். ஈஸ்வ சாட்சியாக உள்ள அந்த யாமிதான் காமேஸ்வரர். அந்தக்கரண நிவர்த்தி தான் காமேஸ்வரரின் இடத்தொடை. அந்தக்கரணத்தின் சாட்சியான சைதன்யம் தான் ஸ்ரீ இராஜ ராஜேஸ்வரி. தியானம் செய்ய, செய்ய நீங்கள் முன்னேற்றப் படிகளில் ஏறுகிறீர்கள். பயிற்சி செய்ய, செய்ய தியானம் கைகூடுவதைக் காண்பீர்கள். தியானம் தான் லௌகிக வாழ்க்கையை முடித்து வைக்கிறது. தியானம் தான் ராஜ வாழ்வுக்கு உங்களை அழைத்துச் செல்கிறது. ஹ... ஸ... ர என்பவவை பாலா மந்திரங்கள். தியானம் செய்யச் செய்ய இந்த மந்திரம் சித்தியைத் தருகிறது.

ஹ காரம் ஜீவ காட்சியைக் குறிக்கிறது.

ஸ காரம் ஈஸ்வர காட்சியைக் குறிக்கிறது.

ர காரம் ஆத்மாவே பிரம்மமாக விளங்குவதாகக் குறிக்கிறது.

இதுவே அத்வைத முக்தி. இதுவே ராஜ வாழ்க்கை. கருணையின் திருவடிவமாக இருப்பவளே அருள் செய்வாயாக. அம்மா... உன் அருளின்றி இருள் விலகாது. உன் இசைவின்றி இங்கே எதுவும் அசையாது. அம்மா... என்னுடைய வெற்றி என்பது உன்னைச் சுற்றி, சுற்றி வருவதில் தான் இருக்கிறது. என் மனதை வேறு ஒன்றில் பற்ற வைத்து விடாதே. சிவ சக்தியே என் சிந்தையைச் சிதறடித்து விடாதே. கர்ம வினைகளைக் காரணம் காட்டி விடாதே. உன் கண் விழியின் அருளால் கர்ம வினைகள் பஸ்மமாகி விடாதா? சூட்சமம் எதுவும் அறிந்திலேன்.. உன் ஆட்சியில் என்னை இணைத்து விடு. வேதத்தின் விளக்கம் அறியேன்.

விடிவெள்ளியானவளே உன் பொன்னடியைப் போற்றும் வரத்தை மட்டும் வழங்கி விடு. அன்புக்கு இலக்கணமானவள் நீயே... அருளுக்கு இலக்கணமும் நீயே... வித்தைக்கு இலக்கணமானவளும் நீயே... என்னை வழி நடத்துவாயாக. கேட்பதையெல்லாம் அருளும் கருணா கதியே... இந்தச் சாரமற்ற வாழ்வு வேண்டாம். அழியும் செல்வமும் வேண்டாம். அழியாத ராஜ வாழ்க்கையை அளித்து விடு. அம்பிகையே அருள் செய்வாயாக.

இவ்வாறு ஸ்ரீ சக்கரத்தில் ராஜ ராஜேஸ்வரியை எழுந்தருளச் செய்து அனுதினமும் தியானம் செய்யுங்கள். ராஜ வாழ்வு உங்களை நோக்கி நெருங்கி வருவதை அனுபவ ரீதியாகவே காண்பீர்கள்.

முக்கோடி தேவர்களுக்கும் தலைவியாகிய இராஜ ராஜேஸ்வரியை நீங்கள் தியானம் செய்யும் போதெல்லாம் தேவர்கள் வானத்தின் வாசலை உங்களுக்காகத் திறக்கிறார்கள். அதாவது நீங்கள் ஆன்மிகத் தளத்தை நோக்கி பயணம் ஆகி விட்டீர்கள் என்பதற்கு இதுவே அடையாளம். தேவர்கள் வசிக்கும் சொர்க்க லோகத்திற்கு நீங்கள் பிரவேசிப்பது மிக எளிதாகிவிடுகிறது. ஆனால் அந்தச் சொர்க்க லோகத்தை விட்டு கூட நீங்கள் அப்பால் செல்ல வேண்டும். சொர்க்கம் என்பது போகங்களை அனுபவிக்கும் இடம். இங்கு வாழ்வதைக் காட்டிலும் சற்று கூடுதலான வசதிகள் உள்ளது சொர்க்கம். போகம் இருக்கும் இடத்தில் நிலையான வாழ்வு கிடைப்பதில்லை. நிலையான வாழ்வு என்பது சொர்க்கம்... நரகம் ஆகிய இடங்களையெல்லாம் கடந்தது. அப்படியென்றால் தேவர்கள் நமக்காக வாசல் திறப்பது எதற்காக? என்று கேட்கலாம்.

ஒரு முனிவர் தீவிரமாகத் தவம் செய்கிறார். அப்போது தேவர்களுக்கெல்லாம் தலைவனாக விளங்கக் கூடிய இந்திரன், மேனகை, திலோத்தமை, ரம்பை போன்ற தேவ மாதர்களை அனுப்பி அந்த முனிவரின் தியானத்தைக் கலைக்க முயல்கிறான். அவ்வாறு அவன் செய்வது எதற்காக? தியானத்திலிருந்து விலகி போகத்தில் மூழ்கடிப்பதற்கா? ஒருக்காலும் அப்படி இல்லை. அந்த முனிவரின் மன உறுதியைச் சோதிப்பதற்காகவே இந்திரன் அப்படிச் செய்கிறான்.

பித்தளையை யாரும் உரசிப் பார்ப்பதில்லை. தங்கத்தைத் தான் உரசிப் பார்க்கிறோம். அதேபோல் தூய்மை யுடையவர்கள் தவத்தில் ஈடுபடும் போது இப்படிப்பட்ட சோதனைகள் நடத்தப்படுகின்றன. தேவமாதர்களை அலட்சியம் செய்து தவத்திலேயே உறுதியாக இருந்தால் இந்திரனாலும் ஒன்றும் செய்ய முடியாது. ஆகவே தேவர்கள் நமக்காக வாசல் திறப்பது உலக போகங்களைத் தியாகம் செய்து ஸ்ரீ சக்கர பூஜை மூலம் இராஜ ராஜேஸ்வரியைத் தியானிப்பதால்தான் தூய்மையும், நேர்மையும் உடையவர்கள் மனித உடலோடு கூட சொர்க்கத்திற்கு செல்ல முடியும். தருமமும், நேர்மையும் சொர்க்க வாசலின் கதவுகளைத் தானாக திறக்கவல்லவை.

ஆனால் பாவம், புண்ணியம், சொர்க்கம், நரகம் ஆகிய எல்லா வற்றையும் புறக்கணித்து விட்டு ராஜ ராஜேஸ் வரியின் திருவடிகளையே

பற்றுபவர்கள்தான் பாக்கியவான்கள். அவர்கள் நேரடியாக அம்பிகையின் திருக்காட்சியைப் பார்க்கிறார்கள். அந்த திருக் காட்சியை நமக்கு மிகச் சுலபமாக காணச் செய்வதுதான் ஸ்ரீ சக்கர பூஜை. நுண்ணியதில்தான் மகத்தான பலம் இருக்கிறது. இந்த உலகம் என்பது ஸ்தூலமாகத் தெரிகிற பெரிய வடிவம். இப்பெரிய உலகத்தை இயக்குவது சூட்சுமமான தெய்வ சக்தி. ஆகவே ஈரேழு பதினான்கு லோகங்களையும் ஸ்ரீ சக்கரத்தில் அடங்கச் செய்து பூஜிப்பது மகத்தான பலத்தைத் தருகிறது. தேவர்களை மகிழ்ச்சியடையச் செய்கிறது. முக்கோடி தேவர்களும் நம்மை வரவேற்கும் உயர்வைத் தருகிறது.

ஆம்... வானத்தின் வாசல் காட்டும் ஸ்ரீ சக்கர பூஜை நம் லட்சியத்தை நிறைவு செய்யும் பூஜையாகும்.

✪✪✪

2

தேவர்களுக்கும் முக்தி தரும் ஸ்ரீ சக்ர பூஜை

வானத்தின் வாசல் காட்டும் ஸ்ரீ சக்கர பூஜை பூலோகத்தில் இருப்பவர்கள் ஸ்ரீ சக்கர பூஜையைச் செய்தால் வானில் உறையும் தேவர்கள் வாசலை நமக்காகத் திறப்பார்கள் என்பது பொருள். அது மட்டுமல்ல... தேவர்களுக்கும் விடுதலை என்னும் முக்தியைத் தரக்கூடியது இந்த ஸ்ரீ சக்கர பூஜை.

வானுலகில் வாழும் தேவர்கள் பரிபூரண நிலையை அடைய வேண்டியவர்கள் என்பதை நாம் மறக்கக் கூடாது. தேவர்கள் என்பது ஒரு நிலை. இந்திரன் என்பது ஒரு பதவி. அதே போல் பிரம்மாக்கள் கணக்கில் அடக்காதவர் இருக்கிறார்கள். இவையெல்லாம் உயர் நிலைகளைக் குறிக்கிறது.

அம்மையப்பர் ஒருவரே எந்த நிலையிலும் மாறாதவர். ஆதிஅந்த மற்றவர்கள்; ஊழியின் முடிவிலும் நிலைத்திருப்பவர். மற்ற எல்லாத் தேவர்களுக்கும் ஆயுட்காலம் விதிக்கப்பட்டுள்ளது. மற்ற தேவர்கள், மனிதர்கள், விலங்குகள், பறவைகள், மற்றுமுள்ள எல்லா ஜீவராசிகளும் பரிபூரணத்தை அடைவதற்காகவே வாழ்க்கையில் பிரயாணம் செய்து கொண்டிருக்கின்றன.

எல்லா ஜீவராசிகளும் அம்மையப்பரிடமிருந்து வந்தன. அவரிடமே ஐக்கியமாவது தான் பரிபூரண நிலை. அம்மையப்பர் என்று கூறினால் அது அம்பிகை ராஜ ராஜேஸ்வரியையே குறிக்கும். அதேபோல் அம்பிகை என்றோ, ராஜ ராஜேஸ்வரி என்றோ சொல்லும் போது, அது சிவபெருமானையும் சேர்த்தே குறிக்கும்.

ஸ்ரீ சக்கர பூஜை பல ஆவரணங்களைக் கொண்டிருக்கிறது. பல தெய்வங்களைக் கடந்து தான் ஸ்ரீ ராஜ ராஜேஸ்வரியின் இருப்பிடத்தை அடைய முடியும். பிற தெய்வங்கள் நாம் கேட்கும் செல்வ வளம், புகழ் மற்றும் உள்ள எல்லா லௌகிக வரங்களையும் தந்து விடுவார்கள். அதைப் பெற்றுக் கொண்டு அதிலேயே திருப்தியுற்று உழலக் கூடாது. அவைகளை நிராகரித்து விட்டு முன்னேற வேண்டும். விளையாட்டில் முதல் ரவுண்டு, இரண்டாவது ரவுண்டு, மூன்றாவது ரவுண்டு என்று இருப்பது போலவே ஸ்ரீ சக்கர பூஜை செய்கின்றவர்கள் பல நிலைகளைத் தாண்டிச் செல்ல வேண்டும்.

ஆகவே வானில் உறையும் தேவர்கள் பல புண்ணிய கர்மாக்கள் காரணமாக வானுலகம் வந்தவர்கள். அவர்களும் இந்தப் பூமியில் வாழ்ந்து வந்தவர்கள்தான். இப்போது பூமியில் வாழ்ந்து கொண்டிருப்பவர்களும் தேவர்களாக மாறி வானில் வாசம் செய்வார்கள். ஆனால் அது பரிபூரண நிலை அல்ல. ஸ்ரீ சக்கர பூஜை வானின் வாசல் கதவைத் திறப்பது உண்மைதான். ஆனால் அங்கே வாசம் செய்வதற்காக அல்ல. அவைகளை யெல்லாம் தாண்டிச் செல்வதற்காக.

ஒருவர் நியூ டெல்லி செல்வதற்கு ரயிலில் பயணம் செய்கிறார். ஒவ்வொரு ரயில் நிலையமும் பச்சை விளக்கு காட்டி அந்த ரயில் செல்வதற்கு வழிகாட்டுகிறது. அந்த ரயில் மற்ற ரயில் நிலையங்களில் நிலையாக நிற்காது. நியூ டெல்லி சென்ற பிறகுதான் நிலையாக நிற்கும். நியூடெல்லி செல்வதற்காக அந்த ரயிலில் ஏறியவர்கள் அங்குதான் இறங்கி கலைந்து செல்வார்கள்.

அதேபோல் ஸ்ரீ சக்கர பூஜை என்பது நம்மை முக்தியில் சேர்ப்பது. பிறப்பு, இறப்பு என்ற சுழற்சியை நிறுத்தி நிலையான பேரானந்த வாழ்வில் சேர்ப்பது என்பதை மறக்கக் கூடாது. வானத்தின் வாசலைத் திறப்பது மட்டுமல்ல. வானுலகத் தேவர்களையும் விடுதலைப் பெற வைக்கும் உன்னமான பூஜை ஸ்ரீ சக்கர பூஜை.

ராஜ ராஜேஸ்வரியின் திருவடியில் சதா சிந்தை வைப்பவர்கள் எல்லா ஆவரணங்களையும் எளிதில் கடந்துவிட முடியும். அவளுக்கு யோகானந்தா என்ற திருநாமம் உண்டு. அதாவது யோகத்திலேயே ஆனந்தம் உடையவள். சிவ, சக்திகளுடைய ஸாமரஸ்யத்தை (சேர்க்கையை) யோகம் என்று சொல்லப்படும். அல்லது நித்ரையானது ஆனந்தத்தைக் கொடுப்பதால் யோக நித்ரை யென்று சொல்லப்படும். அதுவே தேவியின் ரூபமென்று சொல்லப்படும்.

''யா தேவீ ஸர்வ பூ தேவீ நித்ராரூ பேணா ஸம்ஸ்த்திதா...
(தேவி மஹாத்ம்யம்)

என்று ஆரம்பித்து,

தேவஷ்வபி ததாரைனாம் நான்யோ நாராயணாத்ருதே!
ஸகீ ஸதா சிவஸ்யை ஷா மாயா விஷ்ணோ: சரீரஜாஊ
ஸைஷா நாராயணமுகே த்ருத்யா கமல லோசன
லோகான் அல்பேன கா லேன பஜதே ப்ருச மோஹினீ!

என்று சொல்லப்பட்டிருக்கிறது.

அம்பாளுடைய யோக நித்ரா ஸ்வரூபமானது தேவீ மஹாத்யப் ப்ரதம சரித்ரத்தில் விசேஷமாக வர்ணிக்கப் பட்டிருப்பதை நீங்கள் காணலாம். இந்த ரூபமான தேவியின் அனுக்ரஹத்தால் விஷ்ணுவானவர் மதுகைடபர்களை ஸம் ஸாரம் செய்ததால் அம்பாளுக்கு மதுகைடபக்னீ, மதுகடைபப்ரசமனீ, மதுகடைப பஞ்ஜனீ என்பதான பெயர்கள் உண்டாயின. அல்லது யோகானந்தர் என்று பெயருடைய ந்ருஸிம்ஹ மூர்த்தியின் ரூபத்தை யுடையவள் என்றும் சொல்லலாம்.

சிலர் இந்நாமத்தை அயோகா, நந்தா என்று இரண்டு நாமங்களாகப் பிரித்து அதற்கு ஸரியாக மோஹிநீ, முக்யா என்ற நாமங்களை ஒரே நாமமாகச் சொல்வார்கள். இந்தப் பிரிவை அனுஸரித்து இனி சொல்லப்படும்... யோகம் என்றால் பற்றுதல். ஸஸ்கம், அது இல்லாதவன் அயோகா. ''அஸஸ்கே

நஹி லஜ்ஜதே என்ற ச்ருதி வாக்கியத்தில் இது சொல்லப்பட்டது அல்லது அய: (இரும்பு) பர்வத ரூபமாக இருப்பவள்.

அதாவது அவ்வித மான பர்வதம் போல் அபேத்யமானவள் என்றும் சொல்லலாம் அல்லது சுபாவஹமான காரியங் களால் பரமசிவனை அடைபவள், அவரிடம் பக்தர்களைச் சேர்ப்பிக்கிறவள் என்றும் சொல்லலாம். அளகந்தா என்ற பெயருடைய கங்கா ரூபமாக அம்பாள் இருப் பதை இங்கு நந்தா என்ற பெயரால் சொல்லப் பட்டதாகவும் சொல்லலாம். சுக்ல பக்ஷத்திய ப்ரதிபக் (ப்ரதமை) ஷஷ்டி, ஏகாதசீ திதிகளுடைய தேவதைகளுக்கு நந்தா என்று பெயர். அந்த ரூபமாக இருப்பவள் என்றும் சொல்லலாம்.

"நந்தா பகவதீ நாமயா பவிஷ்யதி நந்தஜா!!"

என்ற மார்க்கண்டேயர் புராண வசனத்தின்படி நந்தனென்ற கோபனுக்குப் பெண்ணாகப் பிறந்த அம்பாளுடைய மூர்த்தி விஷேஷத்திற்கு நந்தா என்று பெயர். "நந்தா ஹிமவத: ப்ருஷ்டே' என்ற பத்ம புராண வசனத்தின்படி ஸரஸ்வதீ நதியானவள் ஹிமாசலத்தின் அருகில் இருக்கையில் நந்தா என்ற பெயரை யுடையவள். புஷ்கர க்ஷேத்ரத்தின் ஸமீபத்திலிருக்கும் (தக்ஷிணாவாஷிகியான) நதி விசேஷத்திற்கும் நந்தா என்று பெயர். அதில் ஸ்னானம் செய்யாதிருந்தாலும், அதின் நாமோச்சாரத்தினாலேயே ஸகல ஸீகஸ்களையும் கொடுக்கக் கூடிய மஹிமை வாய்ந்த தென்பதாக பத்ம

புராணத்தில் புஷ்கர மாஹாத்ம்யத்தில் சொல்லப் பட்டிருக்கிறது.

புஸ்யா புஸ்ய ஜலோ பேதா நதீயம்பரம்ஹஸா ஸீதா!
நந்தா நாம் னீதி விடிலா ப்ரம்ருத்ரா தக்ஷிணாமுகீ
அகச் சன்னபி யஸ்தஸ்யா: நாம க்ருஸ்ஹாதி மாளவ:
ஸ ஜீவன் ஸீக மாப்ளோதி ம்ருதோ பவதி கேசரஊ

அம்பாளுக்கு இந்த நந்தா என்ற நாமம் ஏற்பட்டதற்குக் காரணம் பின்வருமாறு சொல்லப்படுகிறது.

ராஜ ராஜேஸ்வரி ஸகலத்திற்கும் ஆதாரமாய் இருப்பவள். அல்லது எல்லாவிதமான ஆதாரங்களையும் தன்னுடைய ஸ்வரூபமாக உடையவள் என்றும் சொல்லலாம். அம்பாள் ஸர்வாந்தர்யாமியாக இருப்பதால் இப்படிச் சொல்லப்பட்டது. அல்லது ஸகல ஜகத்தக்களுடைய தரா (பரம்யா) ரூபமாக இருப்பாள் என்றும் சொல்லாம். ஜன்ய (உண்டாக்கப்படுவது) ஜனகர் (உண்டாக்குபவர்)களுடைய அபேதத்தையொட்டி இவ்விதமாகவும் அர்த்தம் சொல்லலாம்.

யோக நித்ரை உடையவளாகவும், எல்லா உயிர்களுக்கும் ஆதாரமாக இருப்பவளுமான ராஜ ராஜேஸ்வரியின் தரிசனம் தான் நம் வாழ்வின் உண்மையான லட்சியம். அதற்காகவே இந்த மண்ணுலக வாழ்க்கை நமக்குக் கொடுக்கப் பட்டுள்ளது. எல்லா உலகத்தையும் நீங்கள் ஊனக் கண்களால் காண முடியாது. ஆனால் ஸ்ரீ சக்கர பூஜையின் மூலம்

நீங்கள் எல்லா உலகங்களையும் பார்வையின் மூலமாகப் பார்க்க முடியும். ஆகவே ஸ்ரீ சக்கர பூஜை என்பதை வேறு விதமாக நினைக்கக் கூடாது. உங்கள் உடலே ஸ்ரீ சக்கரம் தான்.

சுயநலம், கோபம், ஆசை, பற்றுதல், நயவஞ்சகம், துரோகம் போன்ற பல திரைகளை அழித்தபடி நீங்கள் ஸ்ரீ சக்கர ஆவரணங்களைத் தியானத்தின் வாயிலாகக் கடக்க முடியும். அதற்கு ஜெராக்ஸ் மாதிரி தான் ஸ்ரீ சக்கரத்தில் ராஜ ராஜேஸ்வரியை எழுந்தருளச் செய்து பூஜிப்பதாகும். தியானத்தின் மூலம் ஸ்ரீ சக்கர பூஜையைச் செய்ய நீங்கள் தகுதியுடையவர்களாக ஆகி விட்டால் ஜெராக்ஸ் மாதிரியுள்ள புறத்தில் ஸ்ரீ சக்கர பூஜை அவசியமில்லாமல் போய்விடுகிறது. மானிடர்களுக்கு மட்டுமல்ல... தேவர்களுக்கும் இதே விதிதான். ஸ்ரீ சக்கர பூஜையைச் செய்யச் செய்ய வானுலகத்து தேவர்கள் தங்கள் வாசலைத் திறந்து உங்களை வரவேற்பார்கள். உங்கள் வழியை அவர்களும் பின்பற்றுவார்கள்.

ஆம்... தேவர்களுக்கும் முக்தி தருவது ஸ்ரீ சக்கர பூஜை.

✪✪✪

3

ராஜயோக பாதை காட்டும் ஸ்ரீ சக்ர பூஜை

ஆன்மீகம் என்று சதா சொல்லிக் கொண்டிருப்பதால் உங்களுக்கு எந்த பயனும் வராது. நீங்கள் இயற்கையின் குரலுக்கு ஏவலர்களாக இருக்கும் வரை அடிமைகள் தான். இந்த அடிமைத்தனத்தை விரட்டுவதுதான் உண்மையான ஆன்மீகம். வெளியில் ஓசை எழுந்தால் அதைக் கேட்க வேண்டும். ஏதாவது நிகழ்ந்தால் அதைப் பார்க்க வேண்டும். ராஜ யோகம் என்பது என்ன? இவை எல்லாவற்றையும் தடுப்பதற்கான சக்தியைத் தரும் தியானமே ஆகும்.

பார்... அதோ ஓர் அழகான பொருள் என்று இயற்கை நம்மை அழைக்கிறது. கண்களே... பார்க்காதீர்கள் என்று நான் கண்களுக்கு உத்தரவு தருகிறேன். கண்கள் பார்ப்பதில்லை. இதோ நல்ல நறுமணம், முகர்ந்து பார் என்கிறது

இயற்கை. முகராதே என்று நான் மூக்கிற்குச் சொல்கிறேன். மூக்கு நுகர்வதில்லை. இயற்கையின் கொடுமை தொடர்கிறது. எனக்கு மிகவும் வேண்டிய ஒரு உறவை அது கொல்கிறது. உட்கார்ந்து அழுது துக்கத்தில் மூழ்கி துடிதுடித்து போ என்று அது சொல்கிறது. அழுந்த வேண்டிய அவசியமில்லை என்று கூறி குதித்து எழுகிறேன் நான்.

சுதந்திரமாக இருக்க வேண்டும். இதைப் பயிற்சி செய்து பாருங்கள். தியானத்தில் இந்த இயற்கையைக் கண நேரத்தில் நீங்கள் மாற்ற முடியும். இந்த சக்தி உங்களுக்குக் கிடைத்தால் அதுவே சொர்க்கம் ஆகாதா...? முக்தி ஆகாதா? தியானத்தின் சக்தி இதுதான். அதை அடைவது எப்படி...?

பல வழிகளில் ஒவ்வோர் இயல்பிற்கும் ஒரு தனி வழி இருக்கிறது. ஆனால் பொதுவான அம்சம் என்னவென்றால், மனத்தைப் பற்றிக் கொள்ளுங்கள். மனம் ஓர் ஏரியைப் போன்றது. அதில் போடப்படும் ஒவ்வொரு கல்லும் அலைகளை எழுப்புகின்றன. இந்த அலைகள் நாம் யார் என்பதை நாம் பார்க்க விடுவதில்லை.

முழு நிலவின் பிம்பம் ஏரியில் விழுகிறது. ஆனால் மேற்பரப்பு கொந்தளிப்பாக இருப்பதால் அந்தப் பிம்பத்தை நாம் தெளிவாகக் காண முடியவில்லை. கொந்தளிப்பு அடங்கட்டும். இயற்கை அலை எழுப்பாமல் பார்த்துக் கொள்ளுங்கள். அமைதியாக இருங்கள். சிறிது நேரம் சென்றால் இயற்கை உங்களை விட்டுவிடும். நாம் யார் என்பது அப்போது நமக்குத் தெரியவரும்.

கடவுள் ஏற்கனவே அங்கே இருக்கிறார். ஆனால் மனம் புலன்களின் பின்னால் ஓடி, ஓடி சலனப்பட்டுக் கொண்டே இருக்கிறது. புலன்களைத் தடுத்து நிறுத்துங்கள். அப்போதும் மனம் சுழன்று கொண்டுதான் இருக்கிறது. நான் நன்றாகத்தான் இருக்கிறேன் என்று நினைத்துக் கொண்டு இப்போது ராஜ ராஜேஸ்வரியைத் தியானம் செய்ய ஆரம்பிக்கிறேன்.

அடுத்த நிமிடம் என் மனம் லண்டனுக்குத் தாவுகிறது. அங்கிருந்து இழுத்தால் அது நான் நியூயார்க்கில் முன்பு செய்த காரியங்களை நினைத்துப் பார்ப்பதற்காக அங்கு செல்கிறது. தியானத்தின் ஆற்றலினால்தான் இந்த அலைகளை நிறுத்த வேண்டும். எல்லையற்ற ஆன்மாவைத் தவிர மற்ற எல்லாம் மாறிக் கொண்டிருக்கின்றன.

மாற்றம் என்றும் சுழல்தான். எங்கும் நிரந்தரம் என்பது உங்களைத் தவிர வேறு எங்கும் இல்லை. அங்கு தான் மாறாத பேரின்பம் உள்ளது. அதை நமக்கு திறந்து காட்டுகிற வாசல்தான் தியானம். இந்த வாசல் மட்டுமல்ல.. தேவலோகத்து வாசலும் நம்மை வரவேற்கத் திறக்கிறது. பிரார்த்தனைகள், சடங்குகள், பிறவழிபாட்டு முறைகள் ஆகிய அனைத்துமே இந்தத் தியானத்திற்கு நம்மை அழைத்துச் செல்லும் மார்க்கங்களே ஆகும். ஆனால் இந்த நிலை எப்போதும் ஆன்மாவிலேயே உள்ளது. வேறு எங்கும் இல்லை எல்லோரும் இதைச் செய்து கொண்டிருக்கிறார்கள். ஆனால் தெரியாமல் செய்கிறார்கள். நீங்கள் தெரிந்து கொள்ளுங்கள். இதுதான் தியானங்களின் சக்தி.

மெதுவாக, படிப்படியாக நாம் நம்மைப் பயிற்றுவிக்க வேண்டும். இது வேடிக்கை அல்ல. ஒருநாள் அல்ல... பல ஆண்டுகள் அல்ல... பல பிறவிகள் ஆனாலும் ஆகலாம். பரவாயில்லை. முயற்சி தொடர வேண்டும். தெரிந்தே நீங்களாகவே முயற்சியைத் தொடர வேண்டும். அங்குலம், அங்குலமாக நாம் முன்னேறுவோம். கடைசியில் உண்மையான செல்வத்தை உணர்வோம். அடைவோம். அதனை யாரும் நம்மிடமிருந்து பறிக்க முடியாது. யாரும் அழிக்க முடியாது. இந்த இன்பத்தை எந்தத் துயரமும் அழிக்க முடியாது. இந்த அனுபவங்களை எப்படி அடைவது என்று நமக்கு கற்பிக்கிறது யோக சாஸ்திரம்.

அனுபவத்தில் உணராமல் மதத்தைப் பற்றிப் பேசுவதால் பெரிய பலன் எதுவுமில்லை. மனிதனுக்கு உண்மை வேண்டும். உண்மையை அவன் அனுபவத்தில் உணர வேண்டும். அதை

கிரகித்த பின், அனுபவித்த பின், உணர்ந்த பின், அதன் பின் மட்டுமே எல்லா சந்தேகங்களும் மறையும். எல்லா இருளும் அகலும். எல்லாக் கோணல்களும் நிமிர்ந்து நேராகும் என்று வேதங்கள் பறை சாற்றுகின்றன.

பித்யதே ஹ்மதயக்ரந்தி சித்யந்தே ஸர்வஸம் சயா
க்ஷிந்தே சாஸ்ய கர்மாணி தஸ்மின் த்ருஷ்டே பராவரே...!

என்று முண்டக உப நிடதம் கூறுகிறது. ஆகவே ஸ்ரீ சக்கர பூஜை என்பது ராஜ யோகத்திற்கு நம்மை அழைத்துச் செல்லும் பாதையாகும். மனதை ஒரு நிலைப் படுத்த உதவும் அற்புத மான வியூகம் தான் ஸ்ரீ சக்கரம். இந்த வியூகத்தை நீங்கள் அமைத்து விட்டால் தீய சக்திகள் இந்த வியூகத்தில் சிக்கிக் கொள்ளும். நாம் விடுதலை அடைவோம். இதுவே ரகசியம். மனதை ஒருநிலைப்படுத்துவதுதான் மகா வியூகம், மகா சக்கரம் என்பதை நினைவில் கொள்ளுங்கள். மனத்தை அடக்குவதுதான் எவ்வளவு கடினமானது?

பித்துப் பிடித்த குரங்கோடு மனத்தை ஒப்பிடுவது பொருத்தமானதுதான். குரங்குகள் இயற்கையாகவே சஞ்சல மனம் படைத்தவை. அத்தகைய குரங்கு ஒன்று இருந்தது. அதற்கு நிறைய கள்ளைக் குடிக்கக் கொடுத்தான் ஒருவன். அதன் பரபரப்பு அதிகமாகியது. அது போதாதென்று தேனீ ஒன்று அதனைக் கொட்டியது. தேனீ கொட்டினால் மனிதனே

நாள் முழுவதும் குதிப்பான். குரங்கின் நிலையைச் சொல்லவா வேண்டும்? அதன் போதாத காலத்தைப் பூரணமாக்க ஒரு பேயும் அதைப் பிடித்துக் கொண்டது. அந்த குரங்கின் அடக்க முடியாத சஞ்சலத்தையும், படபடப்பையும் விளக்க வார்த்தைகள் எங்கே உள்ளன?

மனிதனின் மனம் அந்த குரங்கின் நிலைக்கு நிகரானது. இயற்கையாகவே அது சஞ்சல இயல்பு படைத்தது. ஆசை என்னும் கள் குடித்ததனால் அதன் சஞ்சலமும், வெறியும் அதிகரித்தது. ஆசை குடி கொண்ட பிறகே, பிறர் வெற்றியைக் கண்டு பொறாமை கொள்கின்ற குணமாகிய தேனீ கொட்டியது. முடிவாக கர்வம் என்ற பேயும் மனத்தினுள் புகுந்து எல்லாப் பெருமையும் தனக்கே என்று நினைக்கச் செய்கிறது. இத்தகைய மனத்தைக் கட்டுப்படுத்துவதுதான் ஸ்ரீ சக்கர பூஜை. அடங்காத மனத்தையும் அடங்கச் செய்யும் உபாயம் தான் ஸ்ரீ சக்கர பூஜை.

மூன்று முக்கிய நாடிகள் இருப்பதாக யோகிகள் கூறுகின்றனர். ஒன்று இடை, மற்றொன்று பிங்கலை. நடுவில் உள்ளது சுழுமுனை. இந்த மூன்றும் முள்ளன் தண்டிற்கு உள்ளேயிருப்பவை இடது பக்கமும், வலது பக்கமும் உள்ள இடையும் பிங்கலையும் நரம்புக் கூட்டங்கள். நடுவிலுள்ள சுழுமுனை துளையுடன் கூடியது. அதனால் அது நரம்புக் கூட்டம் அல்ல. சாதாரண மனிதனில் இந்த சுழுமுனை அடைபட்டுள்ளது. அவனுக்கு அது பயன்படுவதில்லை. இடை மற்றும் பிங்கலை வழியாக மட்டுமே அவன் செயல்புரிகிறான். உடலின் வெவ்வேறு உறுப்புகளுக்குச் செல்லும் பிற நரம்புகள் வழியாக உடலின் எல்லா பகுதிகளுக்கும் ஆணைகளை ஏற்றுச் செல்கின்ற இயக்கங்கள் இந்த நாடிகள் வழியாக கீழும், மேலும் நிகழ்ந்து கொண்டே இருக்கின்றன.

நம்முன் உள்ள வேலை பெரியது நமது மனத்துள் ஆழ்ந்து இப்போது அனிச்சையாகி விட்ட எண்ணங்களை அடக்க முயல வேண்டும். முதலாவதும், முக்கியமானதுமான படி இது.

தீய செயல் என்பது உணர்வு நிலையில் தான் எழுகிறது என்பதில் ஐயமில்லை. ஆனால் அந்தத் தீயசெயலுக்குக் காரணம் அதற்கு மிகவும் உள்ளே புலன்களுக்கு எட்டாத உணர்வுப் பகுதிகளில் இருக்கிறது. புலனாகாத பகுதியில் இருப்பதால் அது மிகவும் வலிமை உள்ளவையாக இருக்கின்றன.

மன ஒருமைப்பாட்டில் நீண்ட கால பயிற்சியின் மூலம் இதனை அடக்கி விடலாம். அப்போது சுழுமுனை திறக்கிறது. இந்தப் புதிய பாதையில் இதற்கு முன் இதுவரை புகாத ஒரு சக்தி புகுந்து யோகிகள் உருவக மொழியில் தாமரை என்று கூறுகின்ற ஆதாரங்களுக்கு படிப்படியாக ஏறி இறுதியில் மூளையை அடைகிறது. அதன் பிறகுதான் ராஜ ராஜேஸ்வரியின் தரிசனம் கிட்டுகிறது. தானும் அவளும் தாய்பிள்ளை என்ற ஐக்கியம் என்பது உணரப்படுகிறது. இந்த மகா ரகசியத்தை செயல்முறையில் செய்ய வகுத்திடுவதுதான் ஸ்ரீசக்கர பூஜை.

ஆம்... ராஜயோகப் பாதை காட்டும் ஸ்ரீ சக்கர பூஜை.

✪✪✪

4

ஸ்ரீ சக்கரத்தில் இராஜ ராஜேஸ்வரி

இராஜ ராஜேஸ்வரிக்கு ஸீப்ர திஷ்டா என்ற திருநாமம் உண்டு. அதாவது ஜகத்தில் சோபனமான அதிர்ஷ்டானத்தை யுடையவள் என்பது இதற்குப் பொருள். ஜகத்திற்கெல்லாம்

சோபையைக் கொடுத்து விளங்கிக் கொண்டிருப்பவள் என்று தாத்பர்யம். இருபது அக்ஷரங்களோடு கூடிய சந்தோ விசேஷத்திற்கு ஸீப்ரதிஷ்டா என்று பெயர். அந்த ரூபமாக இருப்பவள் என்றும் சொல்லலாம். அஷ்ட மூர்த்தி என்ற திருநாமமும் இராஜ ராஜேஸ்வரிக்கு உண்டு. அதாவது எட்டு விதமான மூர்த்திகளையுடையவள். இந்த எட்டு விதமான ரூபங்களை பலவாறாகச் சொல்லப்பட்டிருக்கிறது.

"லக்ஷ்மீர் மேதா தரா புஷ்டி: கௌரீ துஷ்டி: ப்ரபா த்ருதி!!
ஏதாபி: பா ஹி தனுபி: அஷ்டாபிர் மாம் ஸரஸ்வதீ

(மத்ஸய புராணம்)

ஆத்மாவே குண பேதத்தால் எட்டு விதமாக இருப்பதாகச் சொல்லப்பட்டிருக்கிறது. பஞ்ச மஹா பூதங்கள். ஸீர்யன், சந்திரன் இவ்வேமுடன் ஜீவாத்மா, ஸ்வர்கம், தீக்ஷிதன் என்று பலவிதமாகச் சொல்லப்பட்ட எட்டாவதுடன் சேர்ந்த எட்டு விதமான மூர்த்திகளையும் இங்கு சொன்னதாகச் சொல்லலாம். இவ்வாறு எல்லா மூர்த்திகளின் வடிவமாக இருக்கும் இராஜ ராஜேஸ்வரியை ஸ்ரீ சக்கரத்தில் எழுந்தருளச் செய்து பூஜிக்கும் போது அவளுடைய அனுக்கிரகம் விரைவில் வருகிறது. லென்ஸ் மூலம் சூரிய ஒளியைப் பாய்ச்சும் போது பஞ்சு தீப்பிடித்து எரிவதைப் போல ஸ்ரீ சக்கர பூஜையில் நமது மனம் வலிமை பெறுகிறது.

அதனால் வெற்றி எளிதில் கிடைக்கிறது.

அதனால்தான் ஸ்ரீ சக்கரத்தில் இராஜ ராஜேஸ்வரியை எழுந்தருளச் செய்து நீங்கள் பூஜை செய்ய வேண்டும் என்று சொல்கிறோம். உங்களுள் யார் யாருக்கு முடியுமோ அவர்கள் ஒரு தனி அறையை இந்தப் பயிற்சிக்கென்றே வைத்துக் கொள்வது நல்லது. அந்த அறையில் தூங்கக் கூடாது. அதைப் புனிதமானதாக வைக்க வேண்டும்.

குளித்து உடலாலும், மனத்தாலும் தூய்மையுற்ற பின்னரே அந்த அறைக்குள் போக வேண்டும். அந்த அறையில் மலர்களை வைத்து அலங்கரியுங்கள். அது யோகிக்கு மிகவும் உகந்த சூழ்நிலையை ஏற்படுத்தும். மனத்திற்கு இனிய படங்களை அந்த அறையில் வையுங்கள். காலையிலும் மாலையிலும் சாம்பிராணி புகையிடுங்கள். சண்டையோ, கோபமோ, தூய்மையற்ற எண்ணமோ அந்த அறையில் நிகழக் கூடாது. உங்களுடன் ஒத்த எண்ணம் உடையவர்களை மட்டும் அந்த அறைக்குள் அனுமதியுங்கள். அப்போது படிப்படியாக அந்த அறையில் புனித சூழ்நிலை நிலவத் தொடங்கும்.

துன்பத்தாலோ, துயரத்தாலோ சந்தேகத்தாலோ மனம் கலங்கும் போது நீங்கள் அந்த அறைக்குச் சென்றால் போதும். மன அமைதியை உணர்வீர்கள். இத்தகைய புனிதமான சூழ்நிலையை உருவாக்கவே திருக்கோயில்கள் உள்ளன. அவற்றுள் சில இடங்களில் இன்றும் புனிதம் நிறைந்திருக்கக் காண்கிறோம்.

ஆனால் பெரும்பாலான இடங்களில் இந்தக் கருத்தே மறைந்து விட்டது. புனிதமான உணர் வலைகளை நிலவச் செய்வதன் மூலம் ஓர் இடம் புனிதம் பெறுகிறது. புனிதமானதாகவே இருக்கிறது என்பதுதான் கருத்து. ஒரு தனி அறையை ஒதுக்கி வைக்க இயலாதவர்கள் விரும்பிய இடத்தில் பயிற்சி செய்யலாம். மனத்தூய்மை இருந்தால் எந்த இடமும் திருக்கோயிலாக மாறிவிடும்.

எங்கு நெருப்பு உள்ளதோ, எங்கு நீர் உள்ளதோ, எங்கு சருகுகள் சிதறிக் கிடக்கின்றனவோ, எங்கு எறும்புப் புற்றுகள் அதிகம் உள்ளனவோ, எங்கு காட்டு மிருகங்கள் உள்ளனவோ, எங்கு அபாயம் உள்ளதோ, எங்கு நாற்சந்திகள் கூடுகின்றனவோ, எங்கு ஓசை மிகுந்துள்ளதோ, எங்கு தீயவர்கள் பலர் உள்ளனரோ, அங்கு யோகம் பயிலக் கூடாது. இது குறிப்பாக இந்தியாவிற்குத்தான் பொருந்தும்.

உடல் மிகவும் சோம்பலாகவோ, நோயுற்றோ, மனம் துன்புற்றோ, கவலையுற்றோ இருந்தாலும் யோகம் படிக்கக் கூடாது. மறைவானதும், மக்கள் வந்து உங்களைத் தொந்தரவு செய்யாததுமான இடத்திற்குச் செல்லுங்கள். அழுக்கான இடத்தைத் தேர்ந்தெடுக்காதீர்கள். மாறாக அழகிய இயற்கைக் காட்சிகள் நிறைந்த இடத்தையோ, உங்கள் வீட்டில் ஓர் அறையையோ தேர்ந்தெடுங்கள்.

பயிற்சி செய்யும் போது, முதலில் பண்டைய யோகிகள் எல்லோரையும், குருவையும், கடவுளையும் வணங்கி விட்டு பயிற்சியைத் தொடங்குங்கள். தினமும் இரு முறையாவது பயிற்சி செய்ய வேண்டும். காலையும், மாலையும் உகந்த நேரங்களாகும். இரவும் பகலும் சந்திக்கின்ற வேளையிலும், பகலும் இரவும் சந்திக்கின்ற வேளையிலும் ஒரு வித அமைதி நிலவுகிறது. அதிகாலையும் முன் மாலை நேரமுமே அந்த வேளைகளாகும்.

அந்த வேளைகளிலும் உடலும், உள்ளமும் அமைதி பெறுகிறது. இந்த இயற்கை சூழ்நிலையைப் பயன்படுத்தி பயிற்சியைத் தொடங்க வேண்டும். பயிற்சி முடியாமல் உணவு கொள்வதில்லை என்பதை ஒரு நியதியாக ஏற்படுத்திக் கொள்ளுங்கள். இவ்வாறு செய்தால் பசியின் வேகமே உங்கள் சோம்பலைத் துரத்திவிடும். பயிற்சி அல்லது பூஜை, வழிபாட்டிற்கு முன்பு உண்ணக் கூடாது. இப்படிப்பட்ட சூழல்களை உருவாக்கிக் கொண்டு ஸ்ரீ சக்கர பூஜையை செய்யுங்கள்.

உலக அன்னையாகிய ராஜ ராஜேஸ்வரி அச்சக்கரத்தில் எழுந்தருள்வது உறுதி. அவளை மனதில் உறுதியாக நினைத்து தியானத்துடன் கூடிய பூஜையை இயற்றுங்கள். கடினமாகப் பயிற்சி செய்யுங்கள். வாழ்ந்தாலும் சரி, செத்தாலும் சரி, அதைப் பற்றிக் கவலை வேண்டாம், பலனைப் பற்றி எண்ணாமல் பயிற்சியில் மூழ்குங்கள். நீங்கள் போதிய அளவு தைரியசாலியாக இருந்தால் ஆறே மாதங்களில் பூரண யோகி ஆகி விட்லாம். ஆனால் அங்கொன்றும், இங்கொன்றுமாக எல்லாவற்றையும் பிடித்துக் கொள்பவர்கள் எந்த முன்னேற்றத்தையும் அடைய மாட்டார்கள். படிப்பதால் மட்டும் எந்தப் பயனும் விளையாது. செயல்தான் வெற்றிக்கு வழி.

வெற்றி வேண்டுமானால் இடைவிடாத முயற்சியும், தீவிர சங்கல்பமும் உங்களிடம் வேண்டும். நான் கடலையே குடித்து விடுவேன். எனது சங்கல்பத்தால் மலைகளே தூளாகி விடும் என்கிறான். இடையீடின்றிப் பாடுபடுபவன். அத்தகைய ஆற்றலை, சங்கல்பத்தைப் பெறுங்கள்.

கடினமாக உழையுங்கள். லட்சியத்தை அடைவீர்கள். ஒவ்வொரு இயக்கமும் வட்டத்தில்தான் நகர்கிறது. ஒரு கல்லை எடுத்து வான வெளியில் வீசுங்கள். அதற்குத் தடையொன்றும் இல்லாமலிருந்து நீங்களும் போதிய காலம் வாழ்ந்திருந்தால் அந்தக் கல் சரியாக உங்கள் கைக்கே வந்து சேரும்.

ஒரு டைனமோவிலிருந்து புறப்படுகின்ற மின்னோட்டம் சுற்றை முடித்து முடிவில் டைனமோவை அடைகிறது என்கிறது நவீனக் கொள்கை. வெறுப்பும், அன்பும் அதுபோலத்தான். புறப்பட்ட இடத்திற்கு அவை திரும்பி வந்தே தீர வேண்டும்.

எனவே யாரையும் வெறுக்காதீர்கள். ஏனென்றால் உங்களிடமிருந்து புறப்பட்ட அந்த வெறுப்பு உங்களிடமே திரும்பி வரும். ஒரு குளத்தின் மேற்பரப்பை அலைகள் மூடியிருந்தால் அடியை நாம் காண்பதில்லை. அலைகள் அடங்கி நீர்பரப்பு அமைதியுற்றால் மட்டுமே அடிப்பகுதியைச்

சிறிதாவது காண முடியும். நீர் சேறு கலந்ததாக இருந்தாலோ, கலங்கியிருந்தாலோ அடியைக் காண முடியாது. நீர் தெளிந்து அலையற்று இருந்தால்தான் அடிப்பகுதியைக் காண முடியும்.

குளத்தின் அடிதான் ஸ்ரீ ராஜ ராஜேஸ்வரியின் இருப்பிடம். குளமே சித்தம். அலைகளே விருத்திகள். ஆகவே ஸ்ரீ சக்கர பூஜை செய்யும் போது மனம் அலை பாயக் கூடாது. அப்போது தான் ஸ்ரீ சக்கர நாயகி ராஜராஜேஸ்வரி அங்கு வீற்றிருப்பதை நீங்கள் காண முடியும். மனதிற்கு மூன்று நிலைகள் உண்டு. ஒன்று தமஸ் என்று அழைக்கப்படும். இது மிருங்கங்களிடமும், மூடர்களிடமும் காணப்படுகிறது. தீமை செய்ய மட்டுமே இது செயல்படுகிறது. இதைத்தவிர வேறு எந்த எண்ணமும் இந்த நிலையில் எழுவதில்லை.

அடுத்தது மனத்தின் செயல்படு நிலை. அதாவது ரஜோ குணம். அதிகாரமும் இன்ப நுகர்ச்சியுமே அதன் முக்கிய நோக்கங்கள். நான் அதிகாரம் பெற்று மற்றவர்களை அடக்கி ஆள்வேன் என்ற எண்ணம். மூன்றாவதாக அமைதியும், சாந்தமும் நிறைந்த சத்வ நிலை உள்ளது. இங்கே அவைகள் ஓய்ந்து விடுகின்றன. மனமாகிய குளத்தின் நீர் தெளிவாக இருக்கிறது. இப்படிப்பட்ட தெளிவான மனம் இருந்தால் வெகு விரைவில் இராஜ ராஜேஸ்வரியின் தரிசனம் கிடைத்து விடும். ஸ்ரீ சக்கரத்தில் அவள் காட்சி தருவாள் உடலாகிய சக்கரத்திலும் அவள் காட்சி தருவாள்.

✪✪✪

5

ஸ்ரீ சக்ர பூஜை செய்பவரின் தகுதிகள்

ஸ்ரீ ராஜ ராஜேஸ்வரி தூய்மையே வடிவெடுத்தவள். அவளை ஸ்ரீ சக்கரத்தில் எழுந்தருளச் செய்து பூஜை செய்பவர்கள் அதே தூய்மையைப் பெற்றிருக்க வேண்டும். அப்போதுதான் சாதகன் வெற்றியினை விரைவில் பெற

முடியும். தூய்மை இல்லாதவர்கள் அதனை ஒப்புக் கொண்டு அன்னையிடம் பிரார்த்தனை செய்ய வேண்டும். அவளே தூய்மையைத் தருவாள். போலித்தனமும், வேஷமும் கூடாது.

யாரையும் வெறுக்காதவன், அனைவரிடமும் நட்பு பூண்டவன், எல்லாவற்றிடமும் கருணை உடையவன், அகங்காரம் விட்டவன், இன்பத்தையும், துன்பத்தையும் சமமாய்க் கருது பவன், பொறுமையுடையவன், எப்போதும் திருப்தியுற்றவன், எப்போதும் யோகத்தில் நிலை பெற்றவனாய் செயல்புரிபவன், திட சங்கல்பம் உடையவன், மனத்தையும், புத்தியையும் இராஜ ராஜேஸ்வரியின் திருவடிகளில் வைப்பவன் ஆகிய தகுதிகளைப் பெற்றவனே ஸ்ரீ சக்கர பூஜை செய்யும் தகுதியைப் பெறுகிறான்.

யார் பிறரைத் துன்புறுத்துவதில்லையோ, யாரை பிறரால் துன்புறுத்த முடியாதோ, யார் மகிழ்ச்சி, கோபம், பயம், மனக்கிளர்ச்சி இவற்றிலிருந்து விடுபட்டவனோ அத்தகையவனே ஸ்ரீ சக்கர பூஜை செய்யத் தகுதி படைத்தவன்.

எதையும் சார்ந்திருக்காதவன், தூயவன், சுறுசுறுப்பு உடையவன், துன்பமோ, இன்பமோ எது வந்தாலும் பொருட்படுத்தாதவன், ஒருபோதும் துயரப்படாதவன், தனக்கான எல்லா முயற்சிகளையும் விட்டவன், புகழ்ச்சியையும், இகழ்ச்சியையும் சமமாகக் கொள்பவன், அமைதியாக இருப்பவன், ஆழ்ந்த சிந்தனையினையுடைவன், சிறிதே கிடைத்தாலும் அதில் திருப்தி கொள்பவன், உலகே தன் வீடாக இருப்பதால் தனக்கென்று வீடு இல்லாதவன், தனது கொள்கைகளில் உறுதிபடைத்தவன் – இத்தகையவனே ஸ்ரீ சக்கர பூஜை செய்யும் தகுதியினைப் பெறுகிறான்.

சுவாதி நட்சத்திரம் உச்சத்தில் இருக்கும் போது மழை பெய்து, அதில் ஒரு துளி முத்துச்சிப்பியினுள் வீழ்ந்தால் அது முத்தாகுமாம். முத்துச் சிப்பிகளுக்கு இது தெரியும். எனவே அந்த சுவாதி நட்சத்திரம் பிரகாசிக்கும் போது அவை நீரின்

மேற்பரப்புக்கு வந்து மழை நீரின் அபூர்வமான அந்தத் துளியைப் பெறுவதற்காகக் கத்துக் கொண்டிருக்கும்.

மழைத் துளி விழுந்தவுடன் தங்கள் ஓடுகளை மூடிக் கொள்ளும். கடலின் அடித்தளத்திற்குச் சென்று விடும். அங்கே பொறுமையாகக் காத்திருந்து அந்தத் துளியை முத்தாக்குமாம். நாமும் அப்படி இருக்க வேண்டும். முதலில் கேட்க வேண்டும். பிறகு புரிந்து கொள்ள வேண்டும்.

பின்னர் எல்லாச் சஞ்சலங்களையும் விட்டு, பிற ஆதிக்கங்கள் எதுவும் வராத வண்ணம் மனதை மூடி ஸ்ரீ சக்கரத்தில் எழுந்தருளியிருக்கும் இராஜ ராஜேஸ்வரியைத் தியானம் செய்ய வேண்டும். மக்கள் சமூகத்திற்கும் இயற்கைக்கும் ஓர் அர்ப்பணமாக சுதந்திர சங்கல்பத்துடன் செய்யப்பட்ட சேவைகள் மட்டுமே செய்பவனை எந்த வகையிலும் கட்டுப்படுத்தாதவள். எந்த வகை கடமையையும் அலட்சியமாக நினைக்கக் கூடாது. கீழான வேலை செய்கிற ஒருவன் அதன் காரணமாக மட்டுமே உயர்ந்த வேலை செய்கின்ற ஒருவனை விடத் தாழ்ந்தவன் ஆகிவிட மாட்டான். ஒருவன் செய்கின்ற செயலின் தன்மையை வைத்து அவனை மதிப்பிடக்கூடாது. அந்த செயல்களை அவன் எப்படிச் செய்கிறான்? என்பதைக் கொண்டே தீர்மானிக்க வேண்டும். செய்கிற முறையும் திறமையுமே ஒருவனைக் கணக்கிடும் அளவு கோலாகும். தொழிலைப் பொறுத்த வரை நாள்தோறும் பயனற்றவற்றைப் பேசுகின்ற பேராசிரியரை விட உறுதியும், அழகும் வாய்ந்த ஒரு செருப்பை மிகக் குறைந்த நேரத்தில் உருவாக்குகின்ற தொழிலாளி எவ்வளவோ உயர்ந்தவன். கடமை ஒவ்வொன்றும் புனிதமானது. அதை பக்தியுடன் செய்வது மிக உயர்ந்த தெய்வ வழிபாடு. மாயையில் சிக்கி அஞ்ஞானத்தில் மூழ்கிக் கிடக்கின்ற பக்த ஆன்மாக்கள் அதாவது கட்டுப்பட்ட உயிர்கள் ஞான ஒளியும், விடுதலையும் பெற இத்தகைய செயல்கள் கட்டாயமாகப் பேருதவி புரியும். நம் கைக்கு எட்டிய நம்மால் இயன்ற கடமைகளை நன்றாகச் செய்வதால் நம்மை நாம் அதிக வலிமையுடையவர்களாக ஆக்குகிறோம்.

இந்த வலிமையை இவ்வாறே வளர்த்தால் பெருமை மிக்க இந்த வாழ்க்கையிலும், சமூகத்திலும் எல்லோராலும் விரும்பத்தக்க நிலையை, பெறுதற்கரிய நிலையைப் படிப்படியாக அடையலாம். இயற்கையின் நீதி எப்போதும் உறுதியானதாகவும், விட்டுக் கொடுக்காததாகவுமே இருக்கிறது. மிகவும் செயல்முறைப் போக்கு கொண்ட யாரும் வாழ்க்கை நல்லது என்றோ கெட்டது என்றோ கூற மாட்டார்கள்.

வாழ்க்கையில் வெற்றி பெற்ற மனிதர்கள் ஒவ்வொருவருக்கும் பின்னணியில் எங்கேயோ அளவற்ற ஒருமையுணர்வும், அளவற்ற நேர்மையும் இருந்தே தீரும். அவன் ஒருவேளை தன்னலத்தை முற்றிலும் துறந்தவனாக இல்லாமல் போகலாம். ஆனால் அதை நோக்கி முன்னேறிக் கொண்டிருக்கிறான். அவன் முற்றிலும் சுயநலமற்றவனாக இருந்தால், அவனது வெற்றி மிகப்புகழ் பெற்ற அவதாரப்புருஷர்களின் வெற்றியைப் போல் சிறந்ததாக விளங்கியிருக்கும்.

எங்கேயும் சுய நலமின்மையின் அளவைப் பொறுத்தே வெற்றியின் அளவும் உள்ளது. ஆகவே செல்வம்... புகழ்... பதவி... சொந்தம், பந்தம் என்ற எல்லா சுயநலத்தையும் உதறி விட்டு பரிபூரண நிலையை நீங்கள் அடைய, மற்றவர்களும் அடைய உங்கள் வாழ்க்கையைத் தியாகம் செய்யுங்கள். ஸ்ரீ சக்கர பூஜையில் இராஜ ராஜேஸ்வரியை எழுந்தருளச் செய்து உங்களுக்காகவும், மற்றவர்களுக்காகவும் தூய்மையே உருவெடுத்தவராகவும் மாறுங்கள்.

பேடி ஒருவன் கூரிய வாளைக் கையில் வைத்திருந்தால் அது பயன் படாது. கோழையால் இந்த உலகில் எதையும் சாதிக்க முடியாது. ஆகவே ஸ்ரீ சக்கர பூஜை ஒழுக்கத்தின் மூலம் நிகழ்த்தப்பட வேண்டியது, தியாகத்தின் மூலம் நிகழ்த்தப்பட வேண்டியது, பற்றினை அறுத்து நடத்தப்பட வேண்டியது.

ஸ்ரீ இராஜ ராஜேஸ்வரிக்கு ஏகாகிளீ என்ற திருநாமமும் உண்டு. அதாவது தனியாக இருப்பவள், ஒருவளாக இருப்பவள் என்பது இதற்குப் பொருள். அதாவது படைத்தல், காத்தல், அழித்தல் என்ற மூன்று தொழில்களையும் தனியாகவே செய்பவள். அண்ட சராசரங்களையும் தனியாகவே இருந்து ரட்சிப்பவள்.

அந்த ஆதிசக்தியின்றி இங்கே ஓர் அணுவும் அசையாது. அவள் உங்களுக்குள்ளும் இருக்கிறாள். எனக்குள்ளும் இருக்கிறாள். நல்லோர்களிடமும் இருக்கிறாள். தீயோர்களிடமும் இருக்கிறாள். விலங்குகள், பறவைகள், புழு... பூச்சிகள் ஆகிய எல்லா ஜீவராசிகளிலும் அவள் குடிகொண்டிருக்கிறாள். பெற்ற தாயாக வருபவளும் அவளே. அவளே ஆதி முதல்வி. அவளே முழு முதல்வி. ஸ்ரீ சக்கரம் என்பது புறப் பொருள் அல்ல. உங்கள் உடல் தான் ஸ்ரீ சக்கரம். இந்த உடலையும், மனதையும் எந்த அளவுக்கு நீங்கள் தூய்மையுடன் வைக்கிறீர்களோ அந்த அளவுக்கு அவளை மறைத்திருக்கும் திரை மெல்லியதாகக் கொண்டே வரும். இறுதியில் திரை முழுவதுமாக நீங்கி அவளுடைய திடுக்காட்சி வெளிப்படும். அவளுடைய திருக்காட்சியைக் கண்ட பிறகு மனிதனின் லட்சியம் நிறைவு அடைந்து விடுகிறது. பிறப்பு... இறப்பு முடிவுக்கு வந்து விடுகிறது. இதுவரை அவன் அனுபவித்த இன்ப துன்பங்கள் விளையாட்டுத் தனம் என்பதை அவன் புரிந்து கொள்கிறான். பேரின்பப் பெருவாழ்வை அடைகிறான்.

பேரின்பம் எப்படி இருக்கும்? என்று கேட்கலாம். ஒரு சிங்கத்தின் வலிமை மற்றொரு சிங்கம் தான் அறிய முடியும். சிறு நரியோ, நாயோ அறிய இயலாது. நாமே சிங்கமாக மாறித்தான் அதை அறிய முடியும். தூய்மைதான் சிங்க நிகர் ஆற்றலை நமக்குத் தருகிறது. அந்தத் தகுதியைப் பெறுங்கள். ஸ்ரீ சக்கர பூஜையின் மகத்துவம் உங்களுக்கு அப்போதுதான் விளங்கும். வானத்தின் வாசல் காட்டும் ஸ்ரீ சக்கர பூஜையின் அர்த்தம் அப்போதுதான் விளங்கும். வெறும் ஏட்டுப்படிப்பால் எதுவும் நிறைவேறாது என்பதை நினைவில் வையுங்கள். செயல்... செயல் அதுவே வெற்றிக்கான உபாயம்.

✪✪✪

6

ஸ்ரீ சக்ர பூஜை தத்துவம்

ஸ்ரீ சக்கரத்தில் பல ஆவரணங்கள் இருக்கின்றன. அவற்றையெல்லாம் தாண்டிய பிந்து ஸ்தானத்தில் இராஜ ராஜேஸ்வரி வீற்றிருக்கிறாள். இந்த ஆவரண தேவதைகளை, தெய்வங்களைக் கடக்காமல் இராஜ ராஜேஸ்வரியை நாம் அடைய முடியாது. முறைப்படி இந்தச் சக்கர பூஜையைச் செய்கிறவர்கள் எல்லா ஆவரணங்களையும் கடந்து அன்னை இராஜ ராஜேஸ்வரியைத் தரிசித்து தங்கள் லட்சியத்தை அடைவார்கள். இதுதான் ஸ்ரீ சக்கர பூஜையின் தத்துவம். அப்படியென்றால் இந்த நிபந்தனைகள் ஏன் ஏற்பட்டன. நாங்கள் ஆரம்ப காலத்தில் எந்தப் பாவமும் செய்ய வில்லையே. அப்படியிருக்க உலக அன்னையை நாங்கள் ஏன் பிரிந்தோம்? இப்போது கலியுக பாவங்கள் நிறைந்த இந்த உலகில் இந்த நிபந்தனைகளையெல்லாம் நாங்கள் ஏற்க வேண்டிய சூழல் ஏன் ஏற்பட்டது?

ஆரம்ப நிலையில் நாங்கள் தூயவர்கள் தான் அந்தத் தூய்மையை இழக்கக் காரணமாக இருந்தது யார்...? என்ற வினாக்கள் எழலாம். இதற்கு மிகப் பொருத்தமான பதில் இல்லை என்பது உண்மைதான். அவதாரப்புருஷர்கள் கூட தெரியாது என்ற பதிலையே தந்திருக்கிறார்கள். ஆகவே

அவதாரப்புருஷர்களை விட மாபெரும் சக்தியாகிய இறை சக்தியை அறிவாலோ... வாதங்களாலோ கற்பனைகளாலோ அறிய முடியாது என்பது நிதர்சனமாகத் தெரிகிறது. தெரியாத ஒன்றைப் பற்றி விவாதம் செய்து நாம் காலத்தை விரயம் செய்து விடக்கூடாது.

இறைவனால் அனுப்பப்பட்ட அவதாரப்புருஷர்கள் கூறுவதையும், குருவருளால் நமக்குக் கிடைத்திருக்கும் ஆன்மீகக் கருத்துக்களை ஏற்றுக் கொள்ளத்தான் வேண்டும். அதுவே விவேகம். நாம் தூய்மையைப் பெறுவதால் பெரும் ஆற்றல் நமக்குக் கிடைக்கும் என்பது நன்கு தெரிகிறது. அப்படியிருக்க நாம் தூய்மையைப் பெற்று தூய்மையே வடிவாக விளங்கும் அன்னை இராஜ ராஜேஸ்வரியைத் தரிசனம் செய்ய வேண்டும். அதுவே பிறப்பெடுத்ததன் லட்சியம். இதைவிட வேறு லட்சியம் எதுவும் கிடையாது.

இதற்குப் பல மார்க்கங்களை அன்னை இராஜ ராஜேஸ்வரி காட்டியிருக்கிறாள். ஸ்ரீ சக்கர பூஜை என்ற அற்புதமான மார்க்கத்தின் மூலம் மிக எளிதில் அன்னையை நாம் அடையலாம்.

ஸ்ரீ சக்கர பூஜை என்பது புறத்தில் நடத்தப்படும் வழிபாடு என்று நினைக்க நமக்குள் நடத்தப்பட வேண்டிய அகவழிப்பாட்டை நினைவுபடுத்தும் அற்புத தத்துவம் இது. எல்லாம் நமக்குள்ளேயே இருக்கிறது. ஆனால் அதற்கு ஒரு மாதிரி அமைப்பு போல திருக்கோயில்கள், சடங்குகள், பூஜைகள் முதலியன தோன்றியிருக்கின்றன. இந்த அற்புதத் தத்துவம் இந்த உலகில் வேறு எங்கும் காணப்படவில்லை. உலக மக்கள் அனைவரையும் நாம் அம்பிகையின் கூறுகளாகவே நினைக்கிறோம். வேற்றுமை என்பதே இல்லை என்பதே புண்ணிய பாரத தேசத்தின் ஆன்மீகத் தத்துவம். உடல் அழியும்... ஆத்மா அழியாது என்று வேதங்கள் சொல்கின்றன. வேதத்தின் சாரமாக விளங்கும் பகவத் கீதையும் அதையே பறை சாற்றுகிறது.

எல்லா மதங்களும் பரிசுத்த ஆவி... பரிசுத்தம், ஜீவாத்மா... பரமாத்மா என்ற பெயரில் அந்த அழியாத தத்துவத்தையே கூறுகின்றன. ஆனால் இந்தக் கருத்தை பாமர மக்களுக்கு அழுத்தம் திருத்தமாகச் சொல்லப்படவில்லை என்பதும் உண்மைதான். கோடிக்கணக்கில் திருக்கோயில் வைபவங்களை நடத்துகிறோம். இந்த வைபவங்கள் எந்தத் தத்துவத்தை உணர்த்துகின்றன? என்பதை பாமர மக்களும் எளிதில் புரிந்து கொள்ளும்படி சொல்ல வேண்டியது அவசியத்திலும் அவசியம். அம்பிகையின் திருவுளமும் அதுதான்.

பகவத் கீதை முதன் முதலாக உபதேசிக்கப்பட்ட காலத்தில் இரு பிரிவினருக்கு இடையில் பெரிய கருத்து வேற்றுமை நிலவியது. வேத விதிப்படி யாகம், உயிர்பலி, இன்னும் இவை போன்ற கர்மங்கள் தான் மதம் என்பது ஒரு பிரிவினரின் கூற்று. எண்ணற்ற குதிரைகளையும், மற்ற

விலங்குகளையும் கொல்வதை மதம் என்பதே தவறு என்பது மற்றவர்களின் வாதம். இரண்டாவது பிரிவைச் சேர்ந்தவர்களுள் பெரும்பாலானோர் துறவிகளும் ஞான நெறியைப் பின்பற்றுபவர்களும் ஆவர்.

எல்லாச் செயல்களையும் விட்டு, விட்டு ஆன்ம ஞானம் பெறுவதே மோட்சத்திற்கு வழி என்பது இவர்களது கருத்து. பலன் கருதாப் பணி என்ற சீரிய தத்துவத்தை வழங்கி கீதாச்சாரியார் இந்த இரு முரண்பட்ட வாதங்களுக்கும் முடிவு கட்டி விட்டார். பலன் கருதாப் பணி என்பதன் பொருள் என்ன? இன்பமோ, துன்பமோ தங்கள் மனத்தைத் தொடாத வண்ணம் வேலை செய்வதுதான். பலன் கருதாமல் பணி செய்வது என்று இன்று பலரும் கருதுகின்றனர். இதுவே உண்மைப் பொருளானால் மிருகங்கள் பலன் கருதாப் பணி செய்வதாகக் கூறலாம்.

சில பிராணிகள் தங்கள் குட்டிகளையே விழுங்கி விடுகின்றன. இப்படிச் செய்யும் போது அவை, சிறிதும் வேதனைப்படுவதே இல்லை. கொள்ளையர் பிறர் பொருளை கொள்ளையடிக்கிறார்கள். கொள்ளையிடும் போது நேரும் இன்ப துன்பங்களை அவர்கள் லட்சியம் செய்வதில்லை ஏன் என்றால் அவர்களும் பலன் கருதாப் பணி செய்கிறார்கள் என்று சொல்லலாமா? இதன் பொருள் இதுவானால் சற்றும்

இரக்கமே இல்லாத கல் நெஞ்சம் படைத்த கயவர்களும், கொடிய குற்றவாளிகளும் பலன் கருதாமல் செயல் புரிபவர்கள் என்று கூறலாம். இன்ப துன்பம் சுவடுக்கில்லை. கல்லுக்கில்லை. இவை பலன் கருதாப் பணி செய்பவை என்று கூறலாமா...? முடியாது. இந்தப் பொருளில் கொள்ளப்பட்டால் இந்தக் கருத்து தீயோர் கையில் சிக்கிய ஒரு கொடிய ஆயுதமாகி விடும். பலன் கருதாமல் செயல்புரிவதாகச் சொல்லியபடியே இவர்கள் தீய செயல் செய்து கொண்டே இருப்பார்கள். இதுவே இந்தக் கருத்தின் பொருளானால் கீதை பயங்கரமான ஒரு தத்துவத்தைப் போதித்துள்ளது என்று தான் சொல்ல வேண்டும்.

எனவே இதன் பொருள் அது அல்ல என்பது நிச்சயம். மேலும் கீதோபதேசத்துடன் நெருங்கிய தொடர்புள்ளவர்களின் வாழ்க்கையை நாம் ஆராய்ந்து பார்த்தால் அவர்கள் வேறு வகையில் வாழ்ந்திருப்பதைக் காண்போம். பீஷ்மரையும், துரோணசார்யாரையும் அர்ஜுனன் போரில் கொன்றான். எனினும் அவன் சுயநலத்தையும், ஆடைகளையும் கோடி முறை தியாகம் செய்திருக்கிறான். கீதை கர்ம யோகத்தை உபதேசிக்கிறது. யோகத்துடன் அதாவது ஒன்றுபட்ட உள்ளத்துடன் நாம் செயல்புரிய வேண்டும். மனம் குவிந்து செய்கின்ற இத்தகைய பணியில் கீழான நான் உணர்வு தோன்றாது. யோகத்துடன் அதாவது மனஒருமையுடன் வேலை செய்யும் போது நான் இதைச் செய்கிறேன் அதைச் செய்கிறேன் என்ற உணர்வே இருக்காது.

மேலை நாட்டினருக்கு இது புரிவதே இல்லை. நான் உணர்வே இல்லை என்றால், நான் என்ற உணர்வே போய் விட்டால் ஒருவன் எப்படி வேலை செய்ய முடியும்? என்று அவர்கள் கேட்கிறார்கள். ஆனால் தன்னை முற்றிலுமாக மறந்து, மன ஒருமையுடன் வேலை செய்யும் போதுதான் அளவற்ற மடங்கு சிறப்பாக ஒருவன் வேலை செய்கிறான். ஒவ்வொருவரும் தங்கள் வாழ்க்கையில் இதனை உணர்ந்திருக்கலாம். உண்ட உணவை செரிப்பது போன்ற சில

வேலைகளை நாம் அறியாமலேயே ஆழ் மனத்தால் செய்கிறோம்.

பல வேலைகளை நாம் அறிந்து செய்கிறோம். வேறு சில வேலைகளை நான் என்ற உணர்வற்ற சமாதி போன்ற மனம் ஒடுங்கிய நிலையில் செய்கிறோம். ஓவியர் ஒருவர் நான் உணர்வு அற்ற நிலையில் ஓவியத்தில் ஆழ்ந்து, அதைத் தீட்டினால் அவரால் அற்புத ஓவியங்களைப் படைக்க முடியும். நல்ல சமையற்காரன் சமையல் செய்யும் போது வேலையிலேயே குறியாக இருக்கிறான்.

சமையலுக்குரிய சாமான்களைத் தவிர மற்றவற்றை எல்லாம் அந்த நேரத்தில் மறந்தே விடுகிறான். தங்களுக்குப் பழக்கமான ஒரே செயலை மட்டுமே இவர்களால் இப்படிச் செய்ய முடியும். எல்லாச் செயல்களையும் இதுபோன்ற நிலையில் செய்ய வேண்டும் என்பதே கீதையின் உபதேசம். யோகத்தினால் இறைவனுடன் ஒன்றுபட்ட ஒருவன் எல்லா செயல்களையும் ஒன்றுபட்ட உள்ளத்துடன், அதாவது யோகத்தில் ஒன்றிச் செய்கிறான். சுயலாபம் எதையும் அவன் எதிர்பார்ப்பதில்லை. அந்த மன ஒருமைப்பாட்டை நமக்கு அளிப்பதுதான் ஸ்ரீ ராஜ ராஜேஸ்வரியை எழுந்தருளச் செய்து செய்யும் ஸ்ரீ சக்கர பூஜையாகும்.

மன ஒருமைப்பாடு என்னும் தியான நிலைக்கு நம்மை அழைத்து செல்லும் யோகத் தத்துவம் தான் ஸ்ரீ சக்கர பூஜையின் தத்துவம். இதன் மூலமாக வானத்தின் வாசல் நமக்காகத் திறக்கப்படுகிறது. சொர்க்கத்தை அனுபவிப்பதற்காக அல்ல. அதையும் தாண்டி பேரானந்தப் பெருவாழ்வைப் பெறுவதற்காக வானத்தின் வாசலை தேவர்கள் திறக்கிறார்கள். அதன் காரணமாக தேவர்களுக்கும் அப்பேறு கிட்டுகிறது. இதனை அனுபவத்தில் அறிவதுதான் உண்மையான சித்தி.

ஏட்டில் எழுதியிருப்பதை செயலுக்குக் கொண்டு வந்தால்தான் ஸ்ரீ சக்கர பூஜையின் உண்மை தத்துவத்தை அறிய முடியும். இதனை எப்போதும் நினைவில் நிறுத்துங்கள்.

✪✪✪

7

முன்னேறிச் செல்லுங்கள்

முன்னேற்றம் என்ற வார்த்தை செல்வத்தை குவிப்பதிலோ, பட்டம், பதவிகளைப் பெறுவதிலோ இல்லை. யோகத்தில் தான் முன்னேற்றம் இருக்கிறது. மன ஒருமைப்பாட்டுடன் ராஜ ராஜேஸ்வரியைத் தியானிப்பது தான் உண்மையான முன்னேற்றம். அந்த முன்னேற்றத்திற்கு நம்மை அழைத்துச் செல்வதுதான் ஸ்ரீ சக்கர பூஜை. ராஜ யோகத்தை நமக்கு அளிப்பது தான் ஸ்ரீ சக்கர பூஜை. ராஜ யோகம் முதலில் நமக்குச் செய்வது அக நிலைகளைக் கூர்ந்து கவனித்துப் பார்ப்பதற்கான வழிகளைத் தருவதுதான். மனமே அதற்கான கருவி.

கூர்ந்து கவனிக்கிற ஆற்றலை முறையாகச் சரியாக உட்புறம் திருப்பினால் அது மனத்தைப் பகுத்து ஆராய்ந்து உண்மைகளை நமக்கு வெளிப்படுத்தும். மனத்தின் ஆற்றல்கள் சிதறிய ஒளிக்கிரணங்கள் போன்றவை. அவற்றை ஒருமைப்படுத்தினால் அவை உண்மையை ஒளிரச் செய்கின்றன. நாம் அறிவைப் பெற இதுதான் ஒரே வழி. மனத்தின் ஆற்றல்களை எல்லாம் ஒருமுகப்படுத்தியதால்தானே உலகிலுள்ள அறிவை மனிதன் பெற்றான். எவ்வாறு தட்ட வேண்டும்? தேவையான உந்துதலை எப்படி அளிப்பது

என்பது மட்டும் நமக்குத் தெரியுமானால் உலகம் தனது ரகசியங்களை அளிக்கத் தயாராக இருக்கிறது. அதற்கான வலிமையும் வேகமும் ஒருமைப்பாட்டின் மூலமே கிடைக்கிறது. இந்த மன ஒருமைப்பாட்டை நமக்குத் தருவது தான் ஸ்ரீ சக்கர பூஜை. இராஜ ராஜேஸ்வரியை மனதில் நிறுத்தி இந்த ஸ்ரீ சக்கர பூஜையைச் செய்வதன் மூலம் எல்லாத் தெய்வங்களும், முக்கோடி தேவர்களும் நமக்குத் துணை புரிய வருகின்றன. மனித மனத்தின் ஆற்றலுக்கு எல்லையே இல்லை. எவ்வளவுக்கு அதை ஒருமைப்படுத்துவீர்களோ அந்த அளவிற்கு ஆற்றலை ஒரு மையத்தில் உங்களால் குவிக்க முடியும்.

இதுதான் ரகசியம் ரகசியம் என்றோ, அற்புதம் என்றோ யோக நெறியில் ஏதாவது சொல்லப்படுமானால் அதை உடனே நீக்கி விட வேண்டும். வலிமையே வாழ்வில் சிறந்த வழிகாட்டி. மற்ற விடியல்களில் போலயே மதத்திலும் உங்களைப் பலவீனப் படுத்துகின்ற அனைத்தையும் விலக்கி விடுங்கள். முன்னேறிச் செல்லுங்கள். முன்னேறிச் செல்லுங்கள். இதுவே தாரக மந்திரம். குறிக்கோளை அடையும் வரை வேறு எந்தச் சிந்தனையும் குறுக்கிடாமல் எச்சரிக்கையுடன் இருங்கள்.

ரகசியங்களை நாடுவது மூளையைப் பலவீனப் படுத்துகிறது. சாஸ்த்திரங்களில் மிகச்சிறந்த ஒரு விஞ்ஞானமான யோகத்தை அது ஏறக்குறைய அழித்தே விட்டது. அதிக சுகபோகம், கடின தவம் ஆகிய இரண்டு எல்லைகளையும் யோகி விலக்க வேண்டும். அவன் பட்டினி கிடக்கக் கூடாது. உடலை துன்புறுத்தக் கூடாது. அப்படிச் செய்பவன் யோகியாக இருக்க முடியாது. கீதையின் தத்துவம் இதைத்தான் சொல்கிறது. பட்டினி கிடப்பவன், விழித்தே இருப்பவன், அதிகம் தூங்குபவன், ஒரு வேலையும் செய்யாமல் இருப்பவன், இவர்கள் யாருமே யோகியாக முடியாது. உண்மையை அடைவதற்கு ராஜ யோகம் என்னும் விஞ்ஞானம் விஞ்ஞானபூர்வமான ஒரு செயல்முறையை நமக்கு வகுத்து அளிக்கிறது.

ஒவ்வொரு விஞ்ஞானமும் தனக்கென ஒரு ஆராய்ச்சி முறையை உடையது. நீங்கள் வானியல் வல்லுனராக விரும்பினால் ஓரிடத்தில் அமர்ந்து வானியலே... வானியலே என்று கதறினால் அது உங்களிடம் வராது. வேதியியலும், அப்படித்தான். ஒரு குறிப்பிட்ட முறையைப் பின்பற்ற வேண்டும். சோதனைக் கூடத்திற்குச் செல்ல வேண்டும். குறிப்பிட்ட பல பொருட்களைக் கலந்து சேர்த்து ஆராய வேண்டும். அதன் வாயிலாகத்தான் வேதியல் அறிவு வரும். வானியல் வல்லுநர் ஆக வேண்டுமானால் வான ஆராய்ச்சி நிலையத்திற்குச் செல்ல வேண்டும். தொலை நோக்கி மூலம் நட்சத்திரங்களையும், கிரகங்களையும் ஆராய வேண்டும். அப்போதுதான் வானியல் வல்லுநர் ஆகலாம்.

அதே போல் நம் உண்மையான லட்சியத்தை அடைய தியானத்தில் மூழ்க வேண்டும். ஸ்ரீ சக்கர பூஜை அத்தகைய அற்புத தியான நிலையை நமக்கு அளிக்கிறது. இராஜ ராஜேஸ்வரியின் கருணையில் மூழ்க, மூழ்க நாம் அளப்பரிய முத்துக்களைப் பெறுவோம். இராஜ ராஜேஸ்வரிக்கு 'அன்னதா' என்ற திருநாமம் உண்டு. அதாவது ஸகல ஜனங்களுக்கும் அன்னத்தைக் கொடுப்பவள் என்பது இதற்குப் பொருள். வஸீதா என்ற திருநாமம் அவளுக்கு உண்டு. ஸகல ஜனங்களுக்கும் தங்கத்தை (அல்லது ரத்தினத்தை)க் கொடுப்பவள் என்பது இதற்குப் பொருள். இவ்விதம் தம் வளத்தை அறிந்தவனுக்கு அன்னம், வஸீ இவைகள் கிடைப்பதை ப்ருஹதாரண்யம் ச்ருதியிலும் சொல்லப் பட்டிருக்கிறது.

ஸ வா ஏஷ மஹாஜை ஆத்மான்னாதோ வஸி தானோ
விந்ததே வஸீய ஏவம் வேத

என்பதிலிருந்து இதனை அறியலாம்.

'வ்ருதிதா' என்ற திருநாமம் தேவிக்கு உண்டு. அதாவது வயது முதிர்ந்தவள் என்பது இதற்குப் பொருள். அம்பாள் ஸகல ப்ரமந்தத்திற்கும் முந்தியவளாய், காரண பூதையாய்

இருப்பதால் எல்லா வற்றிற்கும் (வயதில்) பிரதானமானவள் என்பதாக இந்த நாமத்தில் சொல்லப்பட்டது. இவ்விதமா யிருக்கும் ப்ரமஹத்தின் கிழத்தனத்தை 'த்வம் ஜீணா தன்டேன வஞ்சஸீ என்று சுருதியிலும் சொல்லப் பட்டிருக்கிறது.

மிகவும் புராதன மான (அல்லது அபி விருத்தியடைந்த) இந்த ஜகத் ரூபமாக இருப்ப வள் என்றும், ஜகத்தை அபிவிருத்தி செய்கிறவள் என்றும் சொல்லலாம். 'ப்ரம்ஹாதி மைக்ய ஸ்வரூபிணீ' என்ற திருநாமம் ஸ்ரீ ராஜ ராஜேஸ்வரிக்கு உண்டு. ப்ரம்ஹ, ஆத்மாக்களுடைய ஐக்யமாகிற ஸ்வரூபத்தை யுடையவள் என்பது இதற்குப் பொருளாகும். அதாவது சுத்த சைதன்ய ரூபமான ப்ரம்ஹத்திற்கும், ஜீவாத்மாக்களுக்கும் இருக்கும்படியான ஐக்யமானது அம்பாளுடைய நிஜமான (ஸ்வ) ரூபமென்று தாதிபர்யம் அல்லது ப்ரம்ஹமென்றால் சிவ்பெருமாளையே குறிக்கும். சிவன், ஜீவன்கள் இவர்களுடைய ஐக்யத்தை உணடு பண்ணுகிறதான (கொடுக்கக் கூடியதான) ஹம்ஸ மந்திரத்தைத் தனி ரூபமாக உடையவள் என்றும் சொல்லலாம். அந்த மந்திரத்தில் அஹம் என்பதானது ஜீவாத்மானவயும், சக்தி மந்த்ரமான ஸகாரமானது பரமேஸ்வரனையும் குறிக்கும் என்றும், ஆகவே ஸம்ஸ மந்த்ரமானது ஜீவாத்மா, பரமாத்மாக்களுடைய ஐக்யத்தை ப்ரதிபாதனம் செய்து

அவ்விதமான ஞானத்தை கொடுக்கும் என்றும் சொல்லப்பட்டிருக்கிறது.

அதவா ஜீவ மந்த்த்ரோ பயம் ஜீவாத்மப்ரதிபாத:
அஹம் சப் தஸிய ரூடத்வாத் லோகே ஜீவாத்மவங்துனி!!
ப்ரகரு தார்த்தே ப்ரஸித்தத் வாத் ப்ரஸித்த பாமேச்வர:
மஹா தாத்யணு ப்ரியந்தம் ஜகத் ஸர்வப் சராசாம்
ஜாயதே வந்ததே சைவ ஸீயதே பாமேச்வர
ஸோ லீ ஹ மேவ ந ஸந்தே ஹ:
ஸ்வானு பூதி ப்ரமாஹத

என்று ஸீத ஸப் ஹிதை யக்ஞ வைபவ காண்டத்தில் கூறப்பட்டிருக்கிறது. இந்த அர்த்தத்துடன் தான் ஸ்ரீ லலிதா த்ரி சதியில் அம்பாளை 'ஹம் ஸ மந்தத்ரார்த்த ரூபிணீ' என்று சொல்லப்பட்டது. இத்தகைய பெருமைகளையுடைய, கருணைவடிவமான ஸ்ரீ ராஜ ராஜேஸ்வரியை மனத்தில் நிறுத்தி தியானம் செய்வதன் மூலம் நம் எல்லாத் துன்பங்களும் வேரோடு சாய்கின்றன. புதிய உலகில் நாம் பிரவேசிக்கிறோம். ஸ்ரீ சக்கரத்தில் தேவியை எழுந்தருளச் செய்து இடைவிடாது அல்லும் பகலும் தியானத்தில் மூழ்குவதே முன்னேற்றம் என்பதற்கு இலக்கணம். ஆகவே முன்னேறிச் செல்லுங்கள். திரும்பி பார்க்க வேண்டாம். எது நேர்ந்தாலும் கவலை இல்லை. முன்னேறிச் சென்று கொண்டே இருங்கள். வானத்தின் வாசல் அப்போது திறக்கும். அந்த வழியாக செல்லவும் ஆயத்தமாக இருங்கள்.

✪✪✪

8

வையகத்தையும், வானகத்தையும் இணைக்கும் ஸ்ரீ சக்ர பூஜை

“வானத்தின் வாசல் காட்டும் ஸ்ரீ சக்கர பூஜை” என்ற நூலின் நிறைவு அத்தியாயத்திற்கு இப்போது வந்திருக்கிறோம். நம் ஒவ்வொருவருக்குள்ளும் தெய்வ ஒளியாகிய இராஜ ராஜேஸ்வரியை நாம் தரிசனம் செய்ய வேண்டும். அதற்கு

பல மார்க்கங்கள் சொல்லப்பட்டுள்ளன. அவற்றுள் ஸ்ரீ சக்கர பூஜை மூலம் இராஜ ராஜேஸ்வரியைப் பூஜிப்பதன் மூலம் இந்த லட்சியத்தை எளிதில் அடைய முடியும். வையகத்தையும், வானகத்தையும் இணைத்து பாதை அமைக்க முடியும். நாம் நல்ல செயல்களைச் செய்யும் போதெல்லாம் வானில் உறையும் தேவர்கள் மகிழ்ச்சியடைகிறார்கள்.

அதே சமயம் எல்லாவற்றையும் தியாகம் செய்துவிட்டு பிறப்பு வேண்டாம், இறப்பும் வேண்டாம், செல்வம் வேண்டாம், பட்டம் பதவி வேண்டாம், உறவு, பந்தங்கள் வேண்டாம், அம்மா... நீ ஒருத்தியே வேண்டும். உன் திருவடிகளில் என்றும் மாறாத அன்பைக் கொடு. எனக்குள்ளே இருக்கும் நீ நான் உணரும்படி தரிசனம் கொடு என்ற உறுதியில் ஸ்ரீ சக்கர பூஜை செய்யும் போது வானில் உறையும் தேவர்கள் வாசல் கதவை திறந்து வைத்து உங்களுக்காகக் காத்திருப்பார்கள்.

ஏனெனில் பூமண்டலத்தில் வாழும் நீங்கள் வானில் உறையும் தேவர்களுக்கும் வழிகாட்டுகிறீர்கள். அவர்கள் வானில் உறையும் போகத்தில் திளைப்பவர்கள். அவர்கள் ஒருபோதும் பிறப்பு... இறப்பை வெல்ல முடியாது. புண்ணிய கர்மம் தீர்ந்ததும் இந்தச் சொர்க்க லோக வாழ்க்கை நிலைப்பதில்லை. திரும்பவும் அவர்கள் இந்த மண்ணுலகிற்கே திரும்ப வேண்டும்.

ஆனால் பூமண்டலத்தில் வாழும் மனிதர்கள் நேரடியாக பிறப்பு... இறப்பை வென்று நிலையான பேரானந்த வாழ்வைப் பெற்று விட முடியும். அதனால் தான் அரிது... அரிது... மானிடராய் பிறத்தல் அரிது என்று சொல்லப்பட்டிருக்கிறது. இங்கு வாழும் நம் சகோதர மக்களுக்கு மட்டுமின்றி வானில் உறையும் தேவர்களுக்கும் இந்த ஸ்ரீ சக்கர பூஜை வழிகாட்டுகிறது. ஆம் வையகத்தையும், வானகத்தையும் இணைப்பது இந்த ஸ்ரீ சக்கர பூஜை.

இராஜ ராஜேஸ்வரிக்கு 'ப்ருஹதீ' என்ற திருநாமம் உண்டு. அதாவது பெரியவள் என்று பொருள். மஹதோ மஹீயாள் என்றபடி எப்பேர்பட்ட வஸ்துவுக்கும், பெரியவளாகையால் இந்தப் பெயர் ஏற்பட்டது. சந்தஸ் சாஸ்த்திரத்தில் முப்பத்தாறு அக்ஷரங்களுடைய ஒரு சந்தோ விசேஷத்திற்கு 'ப்ருஹதீ' என்று பெயர். அந்த ரூபமாக இருப்பவள் என்றும் சொல்லலாம்.

காயத்ரீ சந்தஸரமஸி என்று கூர்ம புராணத்தில் சொல்லப்பட்ட போதிலும் அம்பாள் அவ்விரண்டு சந்தோ விசேஷங்களில் ரூபமாகவும் இருப்பதால் விரோதமான வசனம் எதுவுமில்லை. இதே மாதிரி பகவானுடைய விச்வ ரூபத்தை கீதையில் வர்ணிக்கும்போது 'ப்ருஹத் ஸாம ததா ஸாம்னாம்' என்று சொல்வதற்கும் அம்பாளுடைய விச்வ ரூபத்தை கூர்ம புராணத்தில் வர்ணிக்கையில் 'ஜ்யேஷ்டம ஸாம ஸாமஸ்வி' என்று சொல்வதற்கும் யாதொரு விரோதமும் இல்லை. தலவ கார்களுடைய சாகையில் 'உதுத்யம்' 'சித்ரம்' என்ற ரிக்குகளில் சொல்லப்படும் ஸாமமானது ஜ்யேஷ்ட ஸாமம் என்பதாக ஹர தத்தத் உஜ்ஜ்வயத்தில் சொல்லியிருக்கிறார். ஸத்வம் ந:சித்ர என்ற ரிக்கில் சொல்லப்படும் ஸாமமானது

ப்ருஹத்ஸாமமென்பது பரஸித்தம். ப்ருஹத் ஜ்யேஷ்டபதங்கள் ஸமான மாகையால் அம்பாளை ப்ருஹத்ஸாம ரூபா என்றும், ஜ்யேஷ்ட ஸாமரூபா என்றும் சொல்லலாம். இதிலிருந்து என்ன தெரிகிறது?

வேதத்தின் தலைவி இராஜ ராஜேஸ்வரி. தேவி பாகவதம் போற்றும் தேவி இராஜ ராஜேஸ்வரி. ஸ்ரீ சக்கர நாயகி இராஜ ராஜேஸ்வரி. புராண

இதிகாசங்கள் போற்றும் அன்னை இராஜ ராஜேஸ்வரி அவதாரப் புருஷர்கள் துதிக்கும் மகா சக்தி இராஜ ராஜேஸ்வரி. சிவபெருமானின் ஒரு பாதியாகத் திகழ்பவள் இராஜ ராஜேஸ்வரி. ஆக்கல், காத்தல், அழித்தல் ஆகிய முத்தொழில்களுக்கும் முதல்வி இராஜ ராஜேஸ்வரி. அவளை ஒரு கணமும் மறவாமல் வாழும் வாழ்க்கை தான் உண்மையான வாழ்க்கை. அவளுடைய சிந்தனை மறந்தால் மரணத்தின் பிடியில் நாம் சிக்கி துன்பங்கள் அடைய நேரும். ஆகவே இப்பிறவியிலேயே மரணத்திற்கு விடை கொடுப்போம்.

ஊழியிலும் அழியாத உத்தமியின் பிள்ளைகள் நாம் என்பதை இப்போது கிடைத்திருக்கும் மனிதப் பிறவியை பயன்படுத்தி அறிந்து கொள்ள வேண்டும். ஆன்மிக வாழ்க்கைக்கோ மனதுக்கோ உடலுக்கோ பலவீனத்தை உண்டு பண்ணும் எதையும் உங்கள் கால் விரலாலும் தீண்டாதீர்கள். மனிதனிடம் இயற்கையாகப் புதைந்திருக்கும் ஆற்றலை வெளிப்படுத்துவதே சமய வாழ்க்கை.

அந்த ஆற்றலை வெளிப்படுத்த நமக்கும் உதவும் சாதனம் தான் இந்த ஸ்ரீ சக்கர பூஜை. எல்லையில்லாத சக்தி சுருள், சுருளாக இந்தச் சிறிய மனித உடலுக்குள் சுருட்டி அடக்கி வைக்கப்பட்டிருக்கிறது. அந்த சக்தி விரிந்து பரந்து கொண்டே இருக்கிறது. இதுதான் மனிதனுடைய வரலாறு. சமயத்தின் வரலாறு. நாகரிகத்தின் வரலாறு. முன்னேற்றத்தின் வரலாறு ஆகிய அனைத்துமாகும். மனிதனுக்கு மன அமைதியைத் தருவதுதான் மதத்தின் அடிப்படை லட்சியமாகும். மறு உலகத்தில் இன்பம் கிடைக்க வேண்டும் என்பதற்காக இந்த உலக வாழ்க்கையில் துன்பத்தை அனுபவிப்பது அறிவுடைய செயலாகாது. ஒருவன் இங்கேயே, இப்போதே இன்பத்தைப் பெற வேண்டும். இப்படிப்பட்ட இன்பத்தைத் தரக்கூடிய மதம் எதுவாக இருந்தாலும் அந்த மதம் தான் சமுதாயத்திற்கு ஏற்ற உண்மையான மதமாகும்.

எப்போதெல்லாம் எந்த ஒரு மதம் வெற்றி பெறுகிறதோ அப்போதெல்லாம் அந்த மதத்திற்குப் பொருளாதார வலிமை

இருக்க வேண்டும். அதைப் போல ஆயிரக் கணக்கான மதப் பிரிவுகள் அதிகாரத் திற்கு வர போராடிய படி இருக்கலாம். ஆனால் உண்மையில் பொருளாதாரப் பிரச்சனையைத் தீர்க்கக் கூடிய மதம் மட்டுமே அதிகாரத்தைக் கைப் பற்றும். வயிறுதான் மனிதனுக்கு வழி காட்டியாக இருக்கிறது. அவன் நடந்து செல்லும் போது வயிறு தான் முதலில் போகிறது. பிறகு அதைத் தொடர்ந்து அவனுடைய தலை போகிறது. இதை நீங்கள் பார்த்தில்லையா? மனிதனின் தலை முதலில் போக பல யுகங்கள் ஆகும். உங்களுடைய குழந்தை கனவுகள் கலைய ஆரம்பித்து, பொருள்களை உள்ளது உள்ளபடியே நீங்கள் பார்க்க ஆரம்பிக்கும் போது உங்களுடைய தலை போய்விடுகிறது. தலை முதலில் போக ஆரம்பிக்கும். அதே சமயத்தில் நீங்கள் வெளியே போய் விடுவீர்கள். ஒழுக்கம் உள்ளவர்களாக இருங்கள். தைரியம் மிகுந்தவர்களாக இருங்கள். இருதய பூர்வமான உறுதி பிறழாத ஒழுக்கத்தில் நிலை பெற்றிடுங்கள். மத சம்மந்தமான தத்துவ உண்மைகளைப் போட்டு உங்களது மூளையைக் குழப்பிக் கொள்ள வேண்டாம். கோழைதான் பாவம் செய்கிறான். தைரியசாலி ஒரு போதும் பாவம் செய்வதில்லை. மனதால் கூட அவன் பாவத்தை நினைப்பதில்லை. சுயநலமே ஒழுக்க கேடு... சுயநலமின்மையே நல்லொழுக்கம். இதுதான் ஒழுக்கத்திற்கு நாம் கொடுக்கக் கூடிய ஒரே இலக்கணம் ஆகும்.

அந்தத் தகுதியை நீங்கள் பெற்று விட்டாலே பல யுகங்களில் அடைய வேண்டிய அந்த நிலை வாழ்வை இந்தப் பிறவியிலேயே பெற்று விடுவீர்கள். இதில் எள்ளவும் சந்தேகமில்லை. ஸ்ரீ சக்கர பூஜையின் தத்துவம் உணர்த்தும் சத்தியம் இதுதான். இந்த முறையில் தான் வையகத்தையும், வானகத்தையும் நீங்கள் இணைக்க முடியும்.

வானத்தின் வாசல் இந்த முறையின் மூலம் தான் திறக்க முடியும். இந்த முறையில்தான் ஸ்ரீ இராஜ ராஜேஸ்வரியின் தரிசனத்தை நீங்கள் பெற முடியும்.

✪✪✪

9

சுக்லபக்ஷ மற்றும் கிருஷ்ணபக்ஷ திதிகளின்படி தேவியர்களின் பூஜை மற்றும் தர்ப்பணம்

பிரதமையிலிருந்து பௌர்ணமி வரை பஞ்சதசி நித்யாக்களை, சுக்லபட்சத்தில் காமேஸ்வரியிலிருந்து சித்ரா முடிய அஷ்டம கோணத்தில் அப்பிரதட்சணமாக தர்ப்பணம் செய்ய வேண்டும். கிருஷ்ண பட்சத்தில் சித்ரா முதல் காமேஸ்வரி முடிய பிரதட்சிணமாக அன்றைய திதியைப் பஞ்சாங்கத்தில் பார்த்துக் கொண்டு அன்றைய நித்யாவைப் பூஜை செய்து விட்டு, மீதமுள்ள நித்யாக்களை யஜனம் செய்ய வேண்டியது.

க்ஷய திதியாக இருந்தால் இரண்டு திதிகளையும் யஜனம் செய்யவும்.

4(15) அ: லலிதா மஹாநித்யா ஸ்ரீபாதுகாம் பூஜயாமி தர்ப்பயாமி நம: (3 முறை பிந்துவில்)

சுக்லபக்ஷ மற்றும் திதிகளின்படி சுக்ல ப்ரதமை (1-15) அமாவாசை

4 அம் ஐம் க்லீம் ஸௌ; ஓம் நம: காமேச்வரி இச்சா^{2} காமப^{2} லப^{2} ரதே^{3} ஸர்வ ஸத்வ வசங்கரி சர்வ ஜகத்க்ஷோப^{4}ணகரி ஹூம் ஹூம் த்^{3}ராம் த்^{3}ரீம் க்லீம் ப^{3}லூம் ஸ: ஸௌ: க்லீம் ஐம் காமேச்வரி நித்யா ஸ்ரீ பாது^{3}காம் பூஜயாமி தர்ப்பயாமி நம:

சுக்ல த்விதீயை - க்ருஷ்ண சதுர்த்தஸி

4 ஆம் ஐம் ப^{4}க^{3} பு^{4} கே^{3}, ப^{4} கி^{3}னி
ப^{4} கோ^{3}த^{3}ரி, ப^{4} காங்கே^{3}, ப^{4} க^{3}மாலே,
ப^{4} கா^{3}வஹே ப^{4} க^{3}குஹ்யே, ப^{4} க^{3}யோனி
ப^{4} க^{3}நிபாதினி, ஸர்வ ப^{4} க வசங்கரி
ப^{4} கரூபே, நத்யக்லின்னே, ப^{4} கஸ்வரூபே,
ஸர்வ ப^{4} கா^{3}னிமே ஹ்யான, வரதே
ரேதே சுரேதே ப^{4} கக்லின்னே
க்லின்னத்^{3}ரவே கலேத^{3}யத்^{3}ராவய
ஸர்வ ஸத்வான் ப^{4} கேக்வரி அமோகே^{4}
ப^{4} க^{3}விச்சேசக்ஷுப^{4} க்ஷோப^{4} ய
ஸர்வ ஸத்வான் ப^{4} கேச்வரி ஐம்
ப்^{3}லூம் ஜம் ப^{3} லூம் பே^{4} ம் ப^{3}லூம்
மேம் ப^{3}லூம் ஹேம் ப^{3}லூம்
ஹேம் க்லின்னே ஸர்வானி ப^{4} கா^{3}னி
மே வஸமானய ஸ்திரீம்
ஹர்ப்^{3}லேம் ஹ்ரீம் (145) ப^{4} க^{3}மாலினி
நித்யா ஸ்ரீபாதுகாம் பூஜயாமி
தர்பயாமி நம:

சுக்ல திரிதீயை - கிருஷ்ண த்ரயோதசி

4 இம் ஹ்ரீம் நித்யக்லின்னே
மதத்ரவே ஸ்வாஹா (11) நித்யக்-

லின்னா நித்யா ஸ்ரீபாதுகாம்
பூஜயாமி தர்பயாமி நம:

சுக்ல சதுர்த்தி - கிருஷ்ண த்வாதஸி

4 ஈம் ஓம் க்ரோம் ப[4]ரோம்
க்ரோம் ச்ரெளம் ச்[2]ரெளம்
ஜ்ரெளம் ஜ்[4]ரெளம் ஸ்வாஹா (10)
பே[4]ருண்டா[3] நித்யா ஸ்ரீபாது[3]காம்
பூஜயாமி தர்பயாமி நம:

சுக்ல பஞ்சமி - க்ருஷ்ண ஏகாதஸி

4 உம் ஹ்ரீம் வஹ்னிவாஸின்யை ஸ்வாஹா (8) வஹ்னி வாஸினி நித்யா ஸ்ரீபாதுகாம் பூஜயாமி தர்பயாமி நம:

சுக்ல ஷஷ்டி - க்ருஷ்ண தஸமி

4 ஊம் ஹ்ரீம் ப[3]ரேம் ஸ:
நித்யக்லின்னே மத[3]த்[3]ரவே ஸ்வாஹா மஹாவஜ்ரேச் வரீ நித்யா
ஸ்ரீபாதுகாம் பூஜயாமி தர்பயாமி நம:

சுக்ல ஸப்தமி - க்ருஷ்ண நவமி

4 ரூம் ஹ்ரீம் சிவதூத்யை நம:
சிவதூ[3]தி நித்யா ஸ்ரீபாதுகாம்
பூஜயாமி தர்பயாமி நம:

சுக்ல அஷ்டமி - க்ருஷ்ண அஷ்டமி

4 ரூம் ஓம் ஹ்ரீம் ஹூம் கே[2]
ச சே[2] க்ஷ ஸ்த்ரீம் ஹூம் க்ஷேம்
ஹ்ரீம் பட் த்வரிதா நித்யா
ஸ்ரீ பாது[3]காம் பூஜயாமி தர்பயாமி நம:

சுக்ல நவமி - கிருஷ்ண ஸப்தமி

4 ல்ரும் ஐம் க்லீம் ஸௌ: குல
சுந்தரி நித்யா ஸ்ரீ பாது^{3}காம்
பூஜயாமி தர்பயாமி நம:

சுக்ல தசமி - கிருஷ்ண ஷஷ்டி

4 லூம் ஐம் க்லீம் ஸௌ:
ஹஸ்கலரடை^{3}ம், ஹஸகலரடீ^{3}ம்
ஹஸகலரடௌ^{3}. த்^{3}ராம் த்^{3}ரீம்
க்லீம் ப்^{3}லூம் ஸ: ஸௌ
க்லீம் ஐம் நித்யா நித்யா
ஸ்ரீ பாது^{3}காம் பூஜயாமி தர்பயாமி நம:

சுக்ல ஏகாதஸீ - கிருஷ்ண பஞ்சமி

4 ஏம் ஓம் ஹரீம் ப்ரேம்
ஸ்ரூம் ஆம் ஹ்ரீம் க்ரோம்
நித்ய மதத்^{3}ரவே ஹூம் க்ரோம்
நீலபதாகா நித்யா ஸ்ரீபாதுகாம்
பூஜயாமி தர்பயாமி நம:

சுக்ல த்வாதஸீ - கிருஷ்ண சதுர்த்தி

4 ஏம் ஓம் ஹரீம் ப்ரேம்
ஸ்ரூம் ஆம் ஹ்ரீம் க்ரோம்
நித்ய மதத்^{3}ரவே ஹூம் க்ரோம்
நீலபதாகா நித்யா ஸ்ரீபாதுகாம்
பூஜயாமி தர்பயாமி நம:

சுக்ல த்வாதஸீ - கிருஷ்ண சதுர்த்தி

4 ஸ்ரீம் ப^{4}மர்யௌம் விஜயா நித்யா
ஸ்ரீ பாதுகாம் பூஜயாமி தர்பயாமி நம:

சுக்ல த்ரயோதஸி - கிருஷ்ண த்ருதீயை

4 ஓம் ஸ்வோம் ஸர்வ மங்க[3]ளாயை
நம: ஸவர் மங்க[3]ளா நித்யா
ஸ்ரீ பாது[3]காம் பூஜயாமி தர்பயாமி நம:

சுக்ல சதுர்தஸீ - கிருஷ்ண த்விதீயை

4 ஔம் ஓம் நமோ ப[3]க[3]வதி
ஜ்வாலா மாலினி தே[3]வி தேவி ஸர்வ
பூ[3]த ஸம்ஹார காரிகே ஜாதவேதஸி
ஜ்வலந்தி ஜ்வல ஜ்வல ப்ரஜ்வல
ப்ரஜ்வல ஹூம் ஹூம் ரம் ரம் ரம்
ஹூம் பட்[2] ஸ்வாஹா, ஜ்வாலா
மாலினி பட்[2] ஸ்வாஹா, ஜ்வாலா
மாலினி நித்யா ஸ்ரீ பாது[3]காம்
பூஜயாமி தர்பயாமி நம:

பூர்ணிமை - கிருஷ்ண ப்ரதமை

4 அம் ச்கௌம், சித்ரா நித்யாயை நம:
சித்ரா நித்யா ஸ்ரீபாது[3]காம் பூஜயாமி
தர்பயாமி நம:

4 அ: மூலம், மஹாநித்யா ஸ்ரீ
பாது[3]காம் பூஜயாமி தர்பயாமி நம:
பிந்துவில்[4] அம்: ஹஸகல ஹஸகஹல
ஸகலஹ்ரீம் ஸப்தத[3]சீ நித்யா
ஸ்ரீ பாதுகாம் பூஜயாமி தர்பயாமி நம:

நித்யா பூஜனம் இத்துடன் முடிந்தது.

4 கஏஈ லஹ்ரீம் ஹஸக ஹல ஹ்ரீம் ஸகல ஹ்ரீம்

3 முறை தர்ப்பிக்கவும்.

✪✪✪

10

நவாவரண பூஜையில் ஆம்னாய மந்த்ரங்கள்

(அவசியம் தெரிந்து கொள்ள வேண்டியது)

பூர்வாம்னாயம்

4 கத்^{2}த^{4}வித்^{3}யா - பாலாத்^{3} வாத^{3} ஸார்த்த^{2}ா-மாதங்கி^{3}னி ஸ்ரீபா-பூ-த-நா:!!

4 சதுர் விம்ஸதிஸஹஸ்ரதே^{3}வதா ஸ்ரீபா - பூ - த - நம:!!

4 ஸ்ரீநாதாதி^{3}கு^{3}ருத்ரயம் க^{3}ணபதிம் பீட^{2}த்ரயம் பைரவம், ஸித்^{3}தௌ^{4}கம்

வடுக த்ரயம் பதயுக^{3}ம் தூ^{3}தீக்ரமம் மண்டலம்

வீராந் யஷ்ட சதுஷ்க சஷ்டி நவகம் வீராவளீ பஞ்சகம்!!

ஸ்ரீமன்மாலிநி மந்த்ர ராஜஸஹிதம்

வந்தே^{3} கு^{3}ரோர் மண்ட^{3}லம்!! வந்தே^{3}கு^{3}ரு பதத்^{3}வந்த^{3}வம் அவாங்

மனஸ கோசரம். ரக்த சுக்ல ப்ரபா^{4} மிஸ்ரம் அதர்க்யம் த்ரைபுரம் மஹ:!!

4 ஐம் க்லீம் ஸௌ: ஹம்ஸ: சிவ:

ஸோஹம் ஹஸ்க்ப்^{2}ரேம் ஹஸக்ஷமல வரயூம் ஹ்ஸௌ:

ஸஹக்ஷமல வரயீரம் ஸ்ஹெள: ஹம்ஸ: சிவ: ஸோஹம்

ஸ்வரூப நிரூபண ஹேதவே ஸ்ரீகு^{3}ரவே நம: ஸ்ரீ

அமுகானந்த^{3} நாத^{2} ஸ்ரீபா - பூ -த - நம:!!

4 ஐம் க்லீம் ஸௌ; ஸோஹம் ஹம்ஸ: சிவ: ஹ்ஸ்க்ப்ரேம் ஹஸக்ஷமல வரயூம்
ஹ்ஸௌ: ஸஹக்ஷமலவரயீரம், ஸ்ஹௌ: ஸோஹம் ஹம்ஸ: சிவ: ஸ்வச்ச ப்ரகாஸ
விமர்ஸ ஹேதவே ஸ்ரீபரமகு3ரவே நம: ஸ்ரீ அமுகானந்த3நாத2 ஸ்ரீபா - பூ -த - நம:!!

4 ஐம் க்லீம் ஸௌ: ஹம்ஸ: சிவ: ஸோஹம் ஹம்ஸ: சிவ:
ஹம்ஸ: சிவ: ஸோஹம் ஹம்ஸ: ஹஸ்க்ப்ரேம்
ஹஸக்ஷமல வரயூம்
ஹ்ஸௌ: ஸஹக்ஷமலவரயீம் ஸ்ஹௌ;
ஹம்ஸ; சிவ: ஸோஹம் ஸோஹம்
ஹம்ஸ: சிவ: ஸ்வாத்மா ராம பஞ்ஜர
வீலீன தேஜஸே ஸ்ரீபரமேஷ்டி கு3ரவே நம:!! ஸ்ரீ
அமுகானந்த1நாத2 ஸ்ரீபா - பூ -த - நம:!!

4 ஸ்ரீம் ஹ்ரம் க்லீம் க்3லௌம் 3கம் க3ணபதயே வரவரத3
ஸர்வஜனம் மே வசமானய ஸ்வாஹா!
ஸ்ரீமஹா க3ணபதி ஸ்ரீபா - பூ - த - நம:

4 ஐம் க்லீம் ஸௌ: அம் ஆம்ஸௌ: கா3மகி3ரிபீடே3
ப்4ரஹ்ம்மாத்ம சக்த்யை நம:
காமகிரி பீட ப்3ரஹ்ம்மாத்ம சக்தி ஸ்ரீபா - பூ - த - நம:!!

4 ஐம் ஹ்ரீம் ஸ்ரீம் ஐம் க்லீம் ஸௌ: பூர்ணகி3ரிபீ2ட
விஷ்ண்வாத்ம சக்த்யை நம:!!
பூர்ணகி3ரிபீட விஷ்ண்வாத்ம சக்தி ஸ்ரீபா - பூ - த - நம:!!

4 ஐம் க்லீம் ஸௌ: ஸ்ரீம் ஹ்ரீம் ஐம் ஜாலாந்த்4ர
பீ2டருத்3ராத்ம சக்த்யை நம:
ஜாலாந்த4ர பீட2 ருத்ராத்ம சக்தி ஸ்ரீபா - பூ - த ஸ்ரீ நம:!!

4 ஐம் - ஈம் - ஔ; ஸ்ரீசுத்3த3வித்3யா ஸ்ரீபா -பூ-த- நம:!!

4 ஐம் க்லீம் ஸௌ: ஸௌ: க்லீம் ஐம் ஸ்ரீபாலா
த்ரிபுரசுந்த3ரி ஸ்ரீபா - பூ - த ஸ்ரீ நம:!!

4 ஹஸகலரடைம் - ஹஸகலரடீ3ம் ஹஸகலரடௌ!
த்3வாதஸார்த்தாம்பா ஸ்ரீபா - பூ -த - நம:!!
மம ப4யவிக்4னாப3தாம் நாஸம் குரு குருட2:ட2:
ஹூம்2பட் ஸ்வாஹா!
ஸ்ரீஹஸந்திஸ்யாம - ளாம்3பா ஸ்ரீபா - பூ - த - நம:!!

4 ஐம் ஹ்ரீம் ஸ்ரீம் ஐம்க்லீம் ஸௌ: ஓம் நமமோ ப4க3வதி
ஸ்ரீராஜமாதங்கீஸ்வரி
ஸர்வஜனமனோஹரி, ஸர்வமுக2 ரஞ்ஜினி க்லீம் ஹ்ரீம்
ஸ்ரீம் ஸர்வராஜ வஸங்கரி
ஸர்வந்த்ரீ புருஷ வஸங்கரி ஸர்வதுஷ்டம்ருக வஸங்கரி
ஸர்வ ஸத்வ வஸிங்கரி ஸர்வ லோக வஸங்கரி
த்ரைலோக்யம்மே வஸமானய ஸ்வாஹா ஸௌ:
க்லீம் ஐம் ஸ்ரீம் ஹ்ரீம் ஐம்
ஸ்ரீராஜஸ்யாமளாம்பா3 ஸ்ரீபா - பூ - த - நம:!!
ஓம் நமோ 4ப3கவதே மஹாஸூகாய த்ரிபு3வ அலங்காராய
ராஜமத3
மர்த்த3னாய சீ4க்ரம் ராஜானம் மே வஸமானய ஸ்வாஹா!
ஸ்ரீகக
ஸ்யாமளாம்பா3 ஸ்ரீபா - பூ - த - நம:!!
ஓம் ஐம் ஓம் நமோ 4பகவதிஸாம் சாரிகே ஸகலகலா
கோவித்தே3
வித்4யாம் போ3தய போதய ஸ்வாஹா!! ஸ்ரீஸாரிகா
ஸ்யாமளாம்யா ஸ்ரீபா - பூ - த - நம:!!

4 ஓம் நமோ பவத்யை வீம் - வீணாயை மம ஸங்கீத
வித்யாம் ப்ரயச்ச2 ஸ்வாஹா
ஸ்ரீலகுஸ்யாமளாம்பா3 ஸ்ரீபா - பூ - த - நம:!!

4 ஓம் பூர்ப்ப4வஸூவ: தத் ஸவிதுர் வரேண்யம்
பர்கோ3 தே3வஸ்ய தீ3மஹி தீ3யோ யோந: ப்ரசோத3யாத்
ஸ்ரீகாயத்ரியம்பா ஸ்ரீபா - பூ - த - நம:!!

4 ஓம் ஸ்ரீம் ஹ்ரீம் க்3லௌம் 3கம் க3ணபதயே ஸர்வகார்ய
ஸி3த்4திம் குருகுரு ஸ்வாஹா
ஸ்ரீக்ஷிப்ர க3கணபதி ஸ்ரீபா - பூ - த - நம:!!

4 ஓம் ஸ்ரீம் ஹ்ரீம் ஸர்வகார்ய விக்4ன ப்ரஸமனாய,
ஸர்வராஜவஸ்ய கராய
ஸர்வஸ்த்ரீ புருஷ ஆகர்ஷணாய, ஸர்வலோக, வஸீகரணாய
ஆம் ஹ்ரீம் க்ரோம் ஹூம் 2பட் ஸ்வாஹா ஸி3த்த4க3ணபதி
ஸ்ரீபா - பூ - த - நம:!!
ஓம் க்3லௌம் நவநீத க3ணபதயே ஸர்வஜனம்மே
வஸமானய ஸ்வாஹா
நவநீத க3ணபதி ஸ்ரீபா - பூ - த - நம:!!

4 ஓம் ஸ்ரீம் ஹ்ரீம் க்லீம் க்லௌம் ஐம் வத3 வத3
வாக்வா3தினி ஸித்3த
க3ணபதயே, கீ3ம் ப4க3வதி ஸ்வாஹா!! சக்தி க3ணபதி
ஸ்ரீபா - பூ - த - நம:!!

4 ஓம் ஹஸ்திமுகாய லம்போ3த3ராய உச்2சிஷ்டாய,
மஹாத்மனே ஆம்
க்ரோம் ஹரீம் க்லீம் க்3லௌம் க3ம் கே4 - கே4 -
உச்சிஷ்டாய ஸ்வாஹா
உச்சிஷ்டக3ணபதி ஸ்ரீபா - பூ - த - நம:!!

4 ஓம் 3கம்-ஓம் ஏகாக்ஷரிக3ணபதி ஸ்ரீபா - பூ - த - நம:!!
4 ஓம் ஐம் க்ஷம் - க்ஷம் குமாராய ஸ்ரீபா - பூ - த - நம:!!
4 ஓம் ஹ்ரீம் ஸ்ரீம் ஸம்சுப்3ரம்மண்யாய வைரி தைர்யம்
சலய சலய ஸ்வாஹா
சுப்3ரம்மண்ய ஸ்ரீபா - பூ - த - நம:!!
4 ஓம் ஹ்ரீம் ஸ்ரீம் க்லீம் ஸௌ: ஸ்கந்தா3ய நம:
ஸ்கந்த3 ஸ்ரீபா - பூ - த - நம:!!
4 ஓம் ஹௌம் ஜூம் ஸ: ம்ருத்யுஞ்ஜய ஸ்ரீபா-பூ-த-நம:!!
4 ஓம் ப்2ரோம் த்4ரீம்ட2: நீலகண்ட2 ஸ்ரீபா - பூ - த - நம:!!
4 த்ரயம்பகம் யஜாமஹேசுக3ந்தி4ம் புஷ்டிவர்த்3தனம்

ஊர்வாருகமிவ 4பந்த3னான் ம்ருத்யோர் முக்ஷீயமாம்ருதாத் த்ரயம்ப3க ஸ்ரீபா - பூ - த - நம:!!

4 ஓம் வைச்வானர ஜாதவேத3 இஹாவஹ
லோஹிதாக்ஷ ஸர்வகர்மாணி ஸாத3யஸாத3ய ஸ்வாஹா
ஜாத3வேத3 ஸ்ரீபா - பூ - த - நம:!!

4 ஓம் ஆம் ஹ்ரீம் க்ரோம் ஓம் நம: க்ருஷ்ண வஸநே ஸிம்ஹவத்3நே மஹா
பைரவி ஜ்வல ஜ்வாலா ஜிஹ்வே கராளவத3னே ப்ரதயங்கிரேக்ஷம்ரோம்!
ஓம் நமோ நாராயணாய! க்3ருணிஸ்சூர்ய ஆதி3த்யோம்
ஸஹஸ்ராராஹும் 2பட் அவ ப்4ரஹ்மத்3 விஷோஜஹி
ப்4ராஹ்மி ப்ரத்யங்கி3ரா ஸ்ரீபா - பூ - த - நம:!!

4 ஓம் ஹ்ரீம் கே2ம் ப2ரேம் ப4க்ஷஜ்வாலா ஜிஹ்வே கராளவத3னே காளராத்ரி
ப்ரத்யங்கி3ரே, க்ஷோம் க்ஷம்ரௌம் ஹ்ரீம் நமஸ்துப்யம் ஹனஹனமாம்
ரக்ஷரக்ஷமம சத்ருன் ப4க்ஷயபக்ஷய ஹும்பட்ஸ்வாஹா
நாராயணி ப்ரத்யங்கீரா ஸ்ரீபா - பூ - த - நம:!!

4 ஸ்ரீம் ஹ்ரீம் ஓம் நம: க்ருஷ்ய நஸநே ஸஹஸ்ரஸிம்ஹிணி ஸஹஸ்ர வத3நே
காளராத்ரி ப்ரத்யங்கிரே, பரசைன்ய பரகர்ம வித்3வம்ஸினி
பரமந்த்ரோத் ஸாதி3னி, ஸர்வபூ4த த3மனி, ஸர்வதே3ஹான் பந்த3 பந்த3
ஸர்வ வித்4யாம் சிந்தி4 சிந்தி4 க்ஷோப3ய க்ஷோப3ய பர தந்த்ராணி
ஸ்போ2டய ஸ்போ2டய ஸர்வ ச்ருங்கலான்
த்ரோ2ய த்ரோ2ய ஜ்வல ஜ்வாலா ஜிஹ்வே
கராளவத3னே ப்ரத்யங்கிரே ஹ்ரீம் நம: ரௌத்3ரி ப்ரத்யங்கி3ரா ஸ்ரீபா - பூ - த - நம:!!

யாம் கல்பயந்தி நோராய: க்ரூராம் க்ருத்யாம் வதூ4மிவ
தாம் ப்3ரஹ்மணா பன்னீர் நுத்ம: ப்ரத்யக் கர்த்தாரம்
ருச்ச3து
உக்ர க்ருத்யா ப்ரத்யங்கிரா ஸ்ரீபா - பூ - த - நம:!!

4 ஜ்வல ஜ்வாலா ஜிஹ்வே காரள தம்ஷ்ட்ரே, ப்ரத்யங்கி3ரே
க்ஷம்
ஹ்ரீம் ஹூம் பட் அதர்வண பத்ர காளி ப்ரத்யங்கிரா ஸ்ரீபா
- பூ - த - நம:!!

4 தத்புருஷாய வித்3மஹே மஹா3தேவாய தீ3மஹி
தன்னோருத்3ர ப்ரசோத3யாத் அகார ரூபாய ஸ்ருஷ்டி
கர்த்ரே
ப்3ரஹ்ம்மனே நம: ப்3ரஹ்ம ஸ்ரீபா - பூ - த - நம:!!

4 ஹ்ஸ்ரைம்ஹ்ஸ்க்ல்ரீம் ஹ்ஸ்ரெள: பூர்வாம்னாய ஸமய
வித்4யேஸ்வரி
யுன்மோ3தினீ தேவ்யம்பா3 ஸ்ரீபா - பூ - த - நம:!!

4 பஞ்சதசிமூலம் - கு3ருத்ய க3ணபதி பீ2டத்ரய ஸஹிதாயை
சுத்த வித்3யாதி
ஸமய வித்4யேஸ்வரி பர்யந்த சதுர்விம் ஸதிஸஹஸ்ர
தேவதா பரிஸேவிதாயை
காமகி3ரி பீட2ஸ்திதாயை பூர்வாம்னாய
ஸமஷ்டி ரூபிண்யை ஸ்ரீமஹாத்ரிபர ஸுந்2தர்யை நம:
ஸ்ரீமஹாத்ரிபுர ஸுந்த3ரி ஸ்ரீபா - பூ - த - நம:!!

✪✪✪

த3க்ஷிணாம்னாயம்

4 ஸௌ4பா3க்ய வித்4யா ஸ்ரீபா - பூ - த - நம:
4 ப3க3ளாமுகி ஸ்ரீபா - பூ - த - நம:
4 வாராஹி ஸ்ரீபா - பூ - த - நம:
4 வடுகப்ரியா ஸ்ரீபா - பூ - த - நம:
4 திரஸ்கரிணி ஸ்ரீபா - பூ - த - நம:
4 த்ரிம்சத்ஸஹஸ்ர தேவதா ஸ்ரீபா - பூ - த - நம:
4 ப்2ரேம்2பட் - 3பாம் - பீ2ம்ஹ்ரீம ஸ்ரீம் மஹாமந்தா2ன பை2ரவ ஸ்ரீபா - பூ - த - நம:
4 ப்2ரேம் - ப2ட் - 2பாம் - பீ2ம்ஹ்ரீம் ஸ்ரீம்க2சக்ரபை4ரவ ஸ்ரீபா - பூ - த - நம:
4 ப்2ரேம் - ப2ட் - 2பாம் - பீ2ம்ஹ்ரீம் - ஸ்ரீம் ப2ட்காரபை2ரவ ஸ்ரீபா - பூ - த - நம:
4 ப்2ரேம் - ப2ட் - 2பாம் - பீ2ம்ஹ்ரீம் - ஸ்ரீம் ஏகாத்மானந்த3 4பைரவ ஸ்ரீபா - பூ - த - நம:
4 ப்2ரேம் - ப2ட் - 2பாம் - பீ2ம்ஹ்ரீம் - ஸ்ரீம் ரவிப3க்ஷணபைரவ ஸ்ரீபா - பூ - த - நம:
4 ப்2ரேம் - ப2ட் - 2பாம் - பீ2ம்ஹ்ரீம் - ஸ்ரீம்சண்3டபை4ரவ ஸ்ரீபா - பூ - த - நம:
4 ப்2ரேம் - ப2ட் - 2பாம் - பீ2ம்ஹ்ரீம் - ஸ்ரீம் நபோ4நிர்மல பை4ரவ ஸ்ரீபா - பூ - த - நம:
4 ப்2ரேம் - ப2ட் - 2பாம் - பீ2ம்ஹ்ரீம் - ஸ்ரீம்ட3மர4 பாஸ்கர பை4ரவ ஸ்ரீபா - பூ - த - நம:
4 ஹ்ரீம் ஸ்ரீம் ஸௌ: ஆம் மஹாதுர்மனாம்பா3ஸித்4த3 ஸ்ரீபா - பூ - த - நம:
4 ஹ்ரீம் ஸ்ரீம் ஸௌ: கந்தர்யம்பா3ஸித்த4 ஸ்ரீபா - பூ - த - நம:
4 ஹ்ரீம் ஸ்ரீம் ஸௌ: விஸ்வ3தளனாம்பா ஸித்த4 ஸ்ரீபா - பூ - த - நம:

4 ஹ்ரீம் ஸ்ரீம் ஸௌ: கபாலிகாம்பா3 ஸித்த4
ஸ்ரீபா - பூ - த - நம:
4 ஹ்ரீம் ஸ்ரீம் ஸௌ: ப3ட3பாம்பா3ஸித்த4
ஸ்ரீபா - பூ - த - நம:
4 ஹ்ரீம் ஸ்ரீம் ஸௌ: 4பீமாம்பா3 ஸித்த4
ஸ்ரீபா - பூ - த - நம:
4 ஹ்ரீம் ஸ்ரீம் ஸௌ: கராள்யம்பா3 ஸித்த4
ஸ்ரீபா - பூ - த - நம:
4 ஹ்ரீம் ஸ்ரீம் ஸௌ: க2ரானனாம்பா3 ஸித்த4
ஸ்ரீபா - பூ - த - நம:
4 ஹ்ரீம் ஸ்ரீம் ஸௌ: சாலினாம்பா3 ஸித்த4
ஸ்ரீபா - பூ - த - நம:
4 ஓம் ஹ்ரீம் ஸ்ரீம் ஹூம்2 பட் ஸ்கந்3த வடுக
ஸ்ரீபா - பூ - த - நம:
4 ஓம் ஹ்ரீம் ஸ்ரீம் ஹூம்2 பட் சித்ர வடுக
ஸ்ரீபா - பூ - த - நம:
4 ஓம் ஹ்ரீம் ஸ்ரீம் ஹூம்2 பட் விரிஞ்சி வடுக
ஸ்ரீபா - பூ - த - நம:
4 ஹஸகல ஹ்ரீம் ஹஸகஹல ஹ்ரீம் ஸகல ஹ்ரீம் ப்ரகாச
பாது3கா ஸ்ரீபா - பூ - த - நம:
4 ஹஸகல ஹ்ரீம் ஹஸகஹல ஸகல ஹ்ரீம் விமர்ஸ பாது3கா
ஸ்ரீபா - பூ - த - நம:
4 ஐம் க5 - க்லீம் ஹ6 - ஸௌ: ஸ6 ஸௌபாக்ய
வித்4யாம்பா3 ஸ்ரீபா - பூ - த - நம:
4 ஓம் ஹ்ல்ரீம் பக3ளாமுகி ஸர்வ3 துஷ்டானம்
வாசம்முக2ம்பத3ம் ஸதம்ப4யஜிஹ்வாம்கிலயபுத்3தி4ம்
விநாஸய
ஹ்ல்ரீம் ஓம் ஸ்வாஹா ப3 களாமுகி ஸ்ரீபா - பூ - த - நம:
ஐம் க்3லெம் ஐம் ஓம் நமோ ப4க3வதி வார்த்தாளி
வார்த்தாளி, வாராஹி வாராஹி, வராஹமுகி வாராஹமுகி,
அந்தே4 அந்தி4னி நம: ருந்தே4 ருந்தி4னி நம: ஜம்4பே
ஜம்4பினி நம:
மோஹே மோஹினி நம: ஸ்தம்பே4 ஸ்தம்பி4னி நம:
ஸர்வ3துஷ்ட ப்ர3துஷ்டானாம் ஸர்வேஷாம் ஸர்வ வாக்சித்த

சக்ஷுர்முகக2தி ஜிஹ்யா ஸ்தம்ப4னம் குருகுரு சீக்ரம்
வஸ்யம் ஐம் க்3லௌம்
ட2: ட2: ட2: ட2: ஹூம் அஸ்த்ராய பட் ஸ்ரீவாராஹ்யம்பா
ஸ்ரீபா - பூ - த - நம:
4 ஓம் ஹ்ரீம் வடுகாய ஆபதுத்3தா3ரணம்
குருகுருவம் வடுகாய ஹ்ரீம் ஓம் ஸ்வாஹா
ஆபதுத்தாரண வடுக ஸ்ரீபா - பூ - த - நம:
4 ஐம் ஹ்ரீம் ஸ்ரீம் ஐம் க்லீம் ஸௌ: ஓம் நமோ ப4கவதி
திரஸ்கரிணி மஹாமாயே
மஹாநித்3ரேஸகல பசுஜன மநஸ் சக்ஷு: ச்ரோத்2ர
திரஸ்கரணம்

குருகுரு ஸ்வாஹா
ஸௌ: க்லீம் ஐம் ஸ்ரீம் ஹ்ரீம் ஐம் திரஸ்கரிண்யம்பா
ஸ்ரீபா - பூ - த - நம:
4 ஓம் ஹ்ரீம் ஸ்ரீம் ஓம் நமோ ப4க2வதி
மஹாமாயே மனோமய ஜ3கத்க்ஷேபி4ணி வரவரதே
ஸர்வஜனம்மே மோஹய மோஹய ஈம் ஹ்ரீம் ஓம் ஸ்வாஹா
ஸ்ரீமஹாமாயா ஸ்ரீபா - பூ - த - நம:
4 ஸ்ராம் ஸ்ரீம் ஹ்ரூம் அகோ4ரேப்யோ: கோ4ரேப்4யோ
கோ4ரகோ4ர தரப்4ய:
ஸர்வேப்ய4: ஸர்வஸர்வேப்4யோ நமஸ்தே அஸ்து
ருத்ரரூபேப்ய:
ஹ்ரைம் ஹ்ரௌம் ஹ்ர: அகோராய ஸ்வாஹா
அகோ4ரேப்யோ கோ4ரேப்4யோ கோ4ரகோ4ரரதரேப்4ய:
ஸர்வேப்4யோ ஸர்வ ஸர்வேப்3யோ நமஸ்தே அஸ்துருத்3ர
ரூபேப்4ய:
ஸ்வாஹா கம் கம் ஹம் க்ஷம் ஸம் ஹம் க்3ரீம் க்3ரம்
ப்ரத்யக்ஷ

ப்ரத்யக்ஷ க்3ரீம்
ஹ்ரூம் ஹ்ரீம் ஹ்ராம் ஸம் ஹூம் பட் ஸ்வாஹா அகோ4ர
ஸ்ரீபா - பூ - த - நம:
4 ஓம் நமோ ப4கவதே ப்ரளய காலாக்3னி
ருத்ரா3ய த3க்ஷாத்3வர த்3வம் ஸகாய மஹாஸரபா4யமம

சத்ருச்2சோத3னம் குருகுரு ஸ்வாஹா ஸ்ரீலரபேஸ்வர
ஸ்ரீபா - பூ - த - நம:
4 கே2ம் கா2ம் க2ம் ப2ட் ப்ராணக்3 ருஹரஸி
ப்ராண க்3ருஹஸி

ஹூம் ப2ட்
ஸர்வ சத்ரு ஸம்ஹாரணாய ஸரபஸாலு வாய, பக்ஷிராஜாய
ஹூம் பட் ஸ்வாஹா ஸரபே4ஸ்வரி ஸ்ரீபா - பூ - த - நம:
4 ச்2ராம் ச்2ரீம் ச்2ரும் ச்2ரைம் ச்2ரௌம் ச்2ர:
ஐம் ஹ்ரீம் க்லீம் ஜாம் ப்ரேத பூ4தாதி4 பதயே
மஹா பிசாஸ கபாலாய ஜாம் ஜோடிங்க கத3தனாய
அ4திபாய போ4போ4பே4 தாளாய
து4ப்யம் நமஸ்ஸ்வாஹாபே4 தாள ஸ்ரீபா - பூ - த - நம:
4 ஓம் ஹ்ரீம் க்லீம் 2கம்பூ 4தேஸ ஹ்ரீம் ஹ்ராம்
கட்3ராவணாய நம:

கட்க3ராவண ஸ்ரீபா - பூ - த - நம:
4 ஓம் க்லீம் க்ரீம் வீரப3த்3ர ஜயஜய நம: ஸ்வாஹா
வீரபத்ர ஸ்ரீபா - பூ - த - நம:
4 ஓம் நமோ ப4க3வதே ருத்ராய ருத்3ர ஸ்ரீபா-பூ-த - நம:
4 ஹ்ரீம் ஹரிஹர புத்ராய புத்ரலாபா4ய சத்ருநாஸனாய
மத3க3ஜவாஹனாய
மஹாசாஸ்தே ப்ரத்யக்ஷ வேலாயுதா3ய வரவரத
ஸர்வஜனம்மே
வஸமானய ஸ்வாஹா ஸ்ரீசாஸ்த்ரு ஸ்ரீபா - பூ - த - நம:
4 ஓம் ச்லீம் பசு-ஹூம்பட் பாசுபதாஸ்த்ர ஸ்ரீபா-பூ-த-நம:
4 ஓம் ஆம் ஹ்ல்ரீம் க்ரோம் க்3லௌம் ஹூம் ஐம் க்லீம்
ஹ்ரீம்

ஸ்ரீம் ப3க3ளாமுகி
ஆவேசய ஆவேசய ஆம் ஹ்ல்ரீம் க்ரோம் ப்3ரஹ்மாஸ்த்ர
ரூபிணி ஏஹ்யேஹி ஆம்ஹ்ல்ரீம்
க்ரோம்ம ஹ்ருத3யே ஆவஹ ஆவஹ ஸந்நிதம் குருகுரு
ஆம் ஹ்ல்ரீம்

க்ரோம்மம ஹ்ருத3யே கம் சிரம்
திஷ்ட2 திஷ்ட2 ஆம் ஹ்ல்ரீம் க்ரோம் ஹூம்ப2ட் ஸ்வாஹா
ப்3ரஹ்மாஸ்த்ர ஸ்ரீபா - பூ - த - நம:
4 ஆவாயவ்ய யாவாயவ்யா வ்யாயவாயா வ்யயவா ஆ
ஔர்வாயவ்ய யாவாயவ்யா வ்யாய வாயாயவ்ய யர்வாஔ:
ஓம் ஹனஹனஹூம்பட்3 ஸ்வாஹா வாயவ்யாஸ்த்ர
ஸ்ரீபா - பூ - த - நம:
4 ஓம் நமோ ப4க3வதே உக்3ர பை3ரவாய ஸர்வ விக்3னான்
நாஸய நாஸய
ஹூம்பட்2 ஸ்வாஹா உக்ரபைரவ ஸ்ரீபா - பூ - த - நம:
4 ஓம் ஹ்ரீம் ஆம் அங்3கபை4ரவ தே3வ3தத்தகோபசமனம்
குருகுரு ஸ்வாஹா அங்3கபை4ரவ ஸ்ரீபா - பூ - த - நம:
4 ஹ்ரூம் ஹ்ரீம் க்லீம் அகோ3ர பை4ரவாய தே3வ3தத்தம்
மோஹய ஸ்வாஹா அகோ4ரபை4ரவ ஸ்ரீபா - பூ - த - நம:
4 ஓம் நமோ ப4கவதே மஹாபீ4ம பை4ரவாய
லோகப4யங்கராய
ஸ்ர்வசத்ரு ஸம்ஹாரகாயஹூம் (தே3வதத்தம்) த்4வம்ஸய
த்4வம்ஸய ஸ்வாஹா!! பீ4ம பை4ரவ ஸ்ரீபா - பூ - த - நம:
4 வம் - ரம்ஹ்ரூம் ஓம் நமோ ப4கவதே
விஜய வை4ரவாய ஸர்வசத்ரு விநாஸனாய வி3பு4
வாஹனாய
நரருதி4ர மாம்ஸ ப4க்ஷணாய தே3வ3தத்தம்
உச்சாட 2யோச்சாட 2யஹூம் தாட3ய தாட3ய பஸ்மீகுரு
பஸ்மீகுரு ஸ்வாஹா விஜய பை4ரவ ஸ்ரீபா - பூ - த - நம:
4 ஓம் ஹ்ரீம் ஸ்ப்ரம் ரக்த பை4ரவாய
சவக3பால மாலா லங்க்ருதாய நவாம்பு3த ஸ்யாமாய
ஏஹ்யேஹீசீ4க்ரம் ஏஹிமாம் பாஷி ஏம் ஜம் ஆ3காமி
கார்யம் வதவத அகிலோபாதிம் ஹரஹர ஸௌ4பாக்யம்
தே3ஹிமே ஸ்வாஹா ரக்த4பைரவ ஸ்ரீபா - பூ - த - நம:
4 ஓம் ஸ்ரீம் ஹ்ரீம் க்லீம் ஓம் நமோ ப4க3வதே
ஸ்வர்ணாகர்ஷண பை4ரவாய
ப்ரணதாபீ4ஷ்ட பரிபூரணாய ஏஹ்யேஹி கருணாநிதே4
மஹ்யம் ஹிரண்யம்

தா3பயதா3பய சீக்ரம் தா3பய தா3பய ஸ்ரீம் ஹ்ரீம் க்லீம்
ஸ்வாஹா
ஸவர்ணா கர்ஷண பை4ரவ ஸ்ரீபா - பூ - த - நம:
4 ஓம் நமோ ப3கவதே தக்ஷிணாமூர்த்தயே
மஹ்யம் மே4தாம் ப்ரக்ஞானம் ப்ரயச்ச2 ஸ்வாஹா
மேதா த3க்ஷிணாமூர்த்தி ஸ்ரீபா - பூ - த - நம:
4 ஓம் நமோ ப4க3வதே தக்ஷிணாமூர்த்தயே மஹ்யம்
ச்ரியம் ப்ரக்ஞாம் ப்ரயச்ச ஸ்வாஹா
லக்ஷ்மித3க்ஷிணாமூர்த்தி ஸ்ரீபா - பூ - த - நம:
4 ஓம் அ : நம : சிவாய அ : ஓம்
கீர்த்தி த3க்ஷிணாமூர்த்தி ஸ்ரீபா - பூ - த - நம:
4 ஓம் ஜ்ஞாம் நமச்சின்மய மூர்த்தயே
ஜ்ஞானாம் தே ஸ்வாஹா
ஞானத3 க்ஷிணாமூர்த்தி ஸ்ரீபா - பூ - த - நம:
4 ஓம் ஸ்ரீம் ஸௌ: ஸ்ரீஸாம்ப3சிவாய துப்4யம் ஸ்வாஹா
ஸாம்3பத3க்ஷிணாமூர்த்தி ஸ்ரீபா - பூ - த - நம:
4 ஓம் ஹ்ரீம் ஓம் தக்ஷிணார்த்தயே
ஸர்வஸாத்4ய மே4தாம் ஸமுத்கர்ஷய ஸ்வாஹா
வீரத3க்ஷிணாமூர்த்தி ஸ்ரீபா - பூ - த - நம:
4 ஓங்கார ஸம்ஹார மூர்த்தயே நம:
ஸம்ஹார த3க்ஷிணாமூர்த்தி ஸ்ரீபா - பூ - த - நம:
4 ஓம் நமோ ப4க3வதே த3க்ஷிணாமூர்த்தயே
த்ரிநேத்ராய த்ரிகாலக்ஞானாய ஸர்வ சத்ருக்னாய
ஸர்வாபஸ்மார விதா3ரணாய, தா3ரய தா3ரய மாரய மாரய
பஸ்மீகுரு பஸ்மீகுரு ஏஹ்யேஹி ஹூம்பட்2
அபஸ்மார நிவர்த்தக த3க்ஷிணாமூர்த்தி ஸ்ரீபா-பூ-த-நம:
4 அகோ4ரேப்4யோத கோ4ரேப்4யோ கோ4ரகோ4ரதரேப்4ய:
ஸர்வேப்ய ஸர்வ சர்வேப்4ய: நமஸ்தே அஸ்து ருத்ர ரூபே4ய:

உகார ரூபாய ஸ்திதி கர்த்ரே விஷ்ணவே நம:
விஷ்ணு ஸ்ரீபா - பூ - த - நம:
4 ஓம் ஹ்ரீம் ஐம் க்லின்னே க்லின்ன மதத்ரவேகுலே
ஹ்ஸௌ:

தக்ஷிணாம்னாய ஸமய வித்4யேஸ்வரீ4போகி3னி
தே3வ்யம்பா3 ஸ்ரீபா - பூ - த - நம:
4 பஞ்சதசி பை4ரவாஷ்ட2க நவஸித்தௌ3க3
வடுகத்ரய பதயுக ஸஹிதாயை, ஸௌபாக்யாதி
வித்3யாதி3ஸமய வித்4யேஸ்வரி, பர்யந்த த்ரிம்ஸத்
ஸஹஸ்ர தே3வதா3 பரிஸேவிதா3யை பூர்ண3கிரி
பீடஸ்3திதாயை தக்ஷிணாம்னாய ஸமஷ்டி ரூபிண்யை,
ஸ்ரீமஹாதிரிபுர சுந்தர்3யை நம:
ஸ்ரீமஹா திரிபுரசுந்த3ரி ஸ்ரீபா - பூ - த - நம:

✪✪✪

பஸ்சிமாம்னாயம்

4 நவயோநி சக்ரே ஸஹஸ்ராராக்யே
பச்சிமாம்னாயதி3 தே3வதாம் பஞ்சமுண்டா3ஸனாம்
பாலார்க்க ஸஹஸ்ர ப்ர4பாம் முண்ட3 மாலாத3ராம்
ரக்த வஸ்த்ரா பரணானு லேபனாம் வாமா3த்யூர்த்4வ
ததாத்4யத:பாச அங்குஸ அபயவர கராம் த்ரிநேத்ராம் த்யாயேத்!!

4 லோபமுத்3ரா ஸ்ரீபா - பூ - த - நம:
4 பு4வனேஸ்வரி ஸ்ரீபா - பூ - த - நம:
4 அன்னபூரணி ஸ்ரீபா - பூ - த - நம:
4 காமகலா ஸ்ரீபா - பூ - த - நம:
4 சதுர்விம்சதிஸஹஸ்ர தே3வதா ஸ்ரீபா - பூ - த - நம:
4 ஆம் ஆம்ஸௌ: ஹ்ரீம் ஸ்ரீம்ஸௌ: யோநியம்பா3தூ3தி ஸ்ரீபா - பூ - த - நம:
4 அம்-ஆம்-ஸௌ: ஹ்ரீம் ஸ்ரீம்ஸௌ:
யோநிஸித்த3 நாதாம் 3பாதூ3தீ ஸ்ரீபா - பூ - த - நம:
4 அம் - ஆம் - ஸௌ: ஹ்ரீம் ஸ்ரீம்ஸௌ:
மஹாயோநியம்3பாதூ3தி ஸ்ரீபா - பூ - த - நம:
அம் ஆம் ஸௌ: ஹ்ரீம் ஸ்ரீம் ஸௌ:
மஹாயோநி ஸித்3த4நாதம்பா தூ3தி ஸ்ரீபா - பூ - த - நம:
4 அம் ஆ ஸௌ: ஹ்ரீம் ஸ்ரீம்ஸௌ: திவ்யயோநியம்3பாதூ3தீ ஸ்ரீபா - பூ - த - நம:

4 அம் ஆம் ஸௌ: ஹ்ரீம் ஸ்ரீம்ஸௌ:
திவ்யயோநிஸித்^{3}த^{4} நாதாம்^{4}பா தூ^{3}தி ஸ்ரீபா-பூ - த - நம:

4 அம் ஆம் ஸௌ: ஹ்ரீம் ஸ்ரீம் ஸௌ: சங்கயோநியம் பாதூதி
ஸ்ரீபா - பூ - த - நம:

4 அம் ஆ ஸௌ: ஹ்ரீம் ஸ்ரீம் ஸௌ: சங்க^{3}யோநிஸித்^{3}த^{4}
நாதாம்பாதூதி ஸ்ரீபா - பூ - த - நம:

4 அம் ஆ ஸௌ: ஹ்ரீம் ஸ்ரீம் ஸௌ: பத்மயோந்யம்^{3}பாதூ^{3}தி
ஸ்ரீபா - பூ - த - நம:

4 அம் ஆ ஸௌ: ஹ்ரீம் ஸ்ரீம் ஸௌ: பத்^{3}மயோநிஸித்^{3}த^{4}
நாதாம்^{3}பாதூ^{3}தி ஸ்ரீபா - பூ - த - நம:

4 ஹ்ரீம் ஸ்ரீம் ஐம் ஹ்ரீம் ஸ்ரீம் க்லீம் ஹ்ரீம் ஸ்ரீம்
வஹ்நிமண்ட^{3}ல ஸ்ரீபா - பூ - த - நம:

4 ஹ்ரீம் ஸ்ரீம் ஐம் ஹ்ரீம் ஸ்ரீம் க்லீம் ஹ்ரீம் ஸ்ரீம்
சூர்யமண்ட^{3}ல ஸ்ரீபா - பூ - த - நம:

4 ஹ்ரீம் ஸ்ரீம் ஐம் ஹ்ரீம் ஸ்ரீம் க்லீம் ஹ்ரீம் ஸ்ரீம் ஸோம
மண்ட^{3}ல ஸ்ரீபா - பூ - த - நம:

4 ஹ்ரீம் ஸ்ரீம் ப^{2}ட ^{2}பாம ^{2}ப்ரேம் ஸ்ருஷ்டிவீர பை^{4}ரவ
ஸ்ரீபா - பூ - த - நம:

4 ஹ்ரீம் ஸ்ரீம் ப^{2}ட ^{2}பாம் ^{2}ப்ரேம் ஸ்திதி வீரபை^{3}வ
ஸ்ரீபா - பூ - த - நம:

4 ஹ்ரீம் ஸ்ரீம் ப^{2}ட ^{2}பாம் ^{2}ப்ரேம் ஸம்ஹார வீரபை^{4}ரவ
ஸ்ரீபா - பூ - த - நம:

4 ஹ்ரீம் ஸ்ரீம் ப^{2}ட ^{2}பாம் ^{2}ப்ரேம் ரக்த வீரபை^{4}ரவ
ஸ்ரீபா - பூ - த - நம:

4 ஹ்ரீம் ஸ்ரீம் ப^{2}ட ^{2}பாம் ^{2}ப்ரேம் யமவீர வீரபை^{4}ரவ
ஸ்ரீபா - பூ - த - நம:

4 ஹ்ரீம் ஸ்ரீம் ப^{2}ட ^{2}பாம் ^{2}ப்ரேம் ம்ருத்யு வீரபை^{4}ரவ
ஸ்ரீபா - பூ - த - நம:

4 ஹ்ரீம் ஸ்ரீம் ப^{2}ட ^{2}பாம் ^{2}ப்ரேம் ^{4}ப^{3}த்ர வீரபை^{4}ரவ
ஸ்ரீபா - பூ - த - நம:

4 ஹ்ரீம் ஸ்ரீம் ப^{2}ட ^{2}பாம் ^{2}ப்ரேம் பரமார்க்^{3}க வீரபை^{4}ரவ
ஸ்ரீபா - பூ - த - நம:

4 ஹ்ரீம் ஸ்ரீம் ப^{2}ட ^{2}பாம் ^{2}ப்ரேம் மார்த்தாண்ட^{3} வீரபை^{4}ரவ
ஸ்ரீபா - பூ - த - நம:

4 ஹ்ரீம் ஸ்ரீம் ப[2]ட [2]பாம் [2]ப்ரேம் காலாக்[3]னி ஸ்ரீ ருத்ர
பைரவ ஸ்ரீபா - பூ - த - நம:
4 ஐம் ஸ்ரீம் ஹ்ரீம் க்லீம் ஸ்ரீம் ஹ்ரீம் ஸௌ: ஸ்ரீம் ஹ்ரீம்
மங்க[3]ளாநாத[2] ஸ்ரீபா - பூ - த - நம:
4 ஐம் ஸ்ரீம் ஹ்ரீம் க்லீம் ஸ்ரீம் ஹ்ரீம் ஸௌ: ஸ்ரீம் ஹ்ரீம்
சௌண்[3]டிகா நாத[2] ஸ்ரீபாதுகாம் ஸ்ரீபா - பூ - த - நம:
4 ஐம் ஸ்ரீம் ஹ்ரீம் க்லீம் ஸ்ரீம் ஹ்ரீம் ஸௌ: ஸ்ரீம் ஹ்ரீம் ஜ்யேஷ்டா
நாத[2] ஸ்ரீபா - பூ - த - நம:
4 ஐம் ஸ்ரீம் ஹ்ரீம் க்லீம் ஸ்ரீம் ஹ்ரீம் ஸௌ: ஸ்ரீம் ஹ்ரீம்
கந்துகிநாத[2] ஸ்ரீபா - பூ - த - நம:
4 ஐம் ஸ்ரீம் ஹ்ரீம் க்லீம் ஸ்ரீம் ஹ்ரீம் ஸௌ: ஸ்ரீம் ஹ்ரீம் சாந்தாநாத[2]
ஸ்ரீபா - பூ - த - நம:
4 ஐம் ஸ்ரீம் ஹ்ரீம் க்லீம் ஸ்ரீம் ஹ்ரீம் ஸௌ: ஸ்ரீம் ஹ்ரீம்
விச்வாநாத[2] ஸ்ரீபா - பூ - த - நம:
4 ஐம் ஸ்ரீம் ஹ்ரீம் க்லீம் ஸ்ரீம் ஹ்ரீம் ஸௌ: ஸ்ரீம் ஹ்ரீம் காமாநாத[2]
ஸ்ரீபா - பூ - த - நம:
4 ஐம் ஸ்ரீம் ஹ்ரீம் க்லீம் ஸ்ரீம் ஹ்ரீம் ஸௌ: ஸ்ரீம் ஹ்ரீம் உமாநாத[2]
ஸ்ரீபா - பூ - த - நம:
4 ஐம் ஸ்ரீம் ஹ்ரீம் க்லீம் ஸ்ரீம் ஹ்ரீம் ஸௌ: ஸ்ரீம் ஹ்ரீம் ஸ்ரீயாநாத[2]
ஸ்ரீபா - பூ - த - நம:
4 ஐம் ஸ்ரீம் ஹ்ரீம் க்லீம் ஸ்ரீம் ஹ்ரீம் ஸௌ: ஸ்ரீம் ஹ்ரீம்
ஸுப[4]கா[3]நாத[2] ஸ்ரீபா - பூ - த - நம:
4 ஐம் ஸ்ரீம் ஹ்ரீம் க்லீம் ஸ்ரீம் ஹ்ரீம் ஸௌ: ஸ்ரீம் ஹ்ரீம்
வித்[3]யாநாத[2] ஸ்ரீபா - பூ - த - நம:
4 ஐம் ஸ்ரீம் ஹ்ரீம் க்லீம் ஸ்ரீம் ஹ்ரீம் ஸௌ: ஸ்ரீம் ஹ்ரீம்
மஹாவித்[3]யாநாத[2] ஸ்ரீபா - பூ - த - நம:
4 ஐம் ஸ்ரீம் ஹ்ரீம் க்லீம் ஸ்ரீம் ஹ்ரீம் ஸௌ: ஸ்ரீம் ஹ்ரீம்
அம்ருதாநாத[2] ஸ்ரீபா - பூ - த - நம:
4 ஐம் ஸ்ரீம் ஹ்ரீம் க்லீம் ஸ்ரீம் ஹ்ரீம் ஸௌ: ஸ்ரீம் ஹ்ரீம்
சந்த்ராநாத[2] ஸ்ரீபா - பூ - த - நம:
4 ஐம் ஸ்ரீம் ஹ்ரீம் க்லீம் ஸ்ரீம் ஹ்ரீம் ஸௌ: ஸ்ரீம் ஹ்ரீம்
அந்தரிக்ஷாநாத[2] ஸ்ரீபா - பூ - த - நம:
4 ஐம் ஸ்ரீம் ஹ்ரீம் க்லீம் ஸ்ரீம் ஹ்ரீம் ஸௌ: ஸ்ரீம் ஹ்ரீம்
ஸி[3]த்[4]தாநாத[2] ஸ்ரீபா - பூ - த - நம:

4 ஐம் ஸ்ரீம் ஹ்ரீம் க்லீம் ஸ்ரீம் ஹ்ரீம் ஸௌ: ஸ்ரீம் ஹ்ரீம்
ச்ரத்[3]தா[4]நாத[2] ஸ்ரீபா - பூ - த - நம:

4 ஐம் ஸ்ரீம் ஹ்ரீம் க்லீம் ஸ்ரீம் ஹ்ரீம் ஸௌ: ஸ்ரீம் ஹ்ரீம்
அனந்தா[3]நாத[2] ஸ்ரீபா - பூ - த - நம:

4 ஐம் ஸ்ரீம் ஹ்ரீம் க்லீம் ஸ்ரீம் ஹ்ரீம் ஸௌ: ஸ்ரீம் ஹ்ரீம்
ஸம்[3]பராநாத[2] ஸ்ரீபா - பூ - த - நம:

4 ஐம் ஸ்ரீம் ஹ்ரீம் க்லீம் ஸ்ரீம் ஹ்ரீம் ஸௌ: ஸ்ரீம் ஹ்ரீம்
உல்காநாத[2] ஸ்ரீபா - பூ - த - நம:

4 ஐம் ஸ்ரீம் ஹ்ரீம் க்லீம் ஸ்ரீம் ஹ்ரீம் ஸௌ: ஸ்ரீம் ஹ்ரீம்
த்ரைலோக்யநாத[2] ஸ்ரீபா - பூ - த - நம:

4 ஐம் ஸ்ரீம் ஹ்ரீம் க்லீம் ஸ்ரீம் ஹ்ரீம் ஸௌ: ஸ்ரீம் ஹ்ரீம் பீ[3]மாநாத[2]
ஸ்ரீபா - பூ - த - நம:

4 ஐம் ஸ்ரீம் ஹ்ரீம் க்லீம் ஸ்ரீம் ஹ்ரீம் ஸௌ: ஸ்ரீம் ஹ்ரீம்
ராக்ஷஸீநாத[2] ஸ்ரீபா - பூ - த - நம:

4 ஐம் ஸ்ரீம் ஹ்ரீம் க்லீம் ஸ்ரீம் ஹ்ரீம் ஸௌ: ஸ்ரீம் ஹ்ரீம்
மலீனாநாத[2] ஸ்ரீபா - பூ - த - நம:

4 ஐம் ஸ்ரீம் ஹ்ரீம் க்லீம் ஸ்ரீம் ஹ்ரீம் ஸௌ: ஸ்ரீம் ஹ்ரீம்
ப்ரசண்டாநாத[2] ஸ்ரீபா - பூ - த - நம:

4 ஐம் ஸ்ரீம் ஹ்ரீம் க்லீம் ஸ்ரீம் ஹ்ரீம் ஸௌ: ஸ்ரீம் ஹ்ரீம்
அநங்கா[3]நாத[2] ஸ்ரீபா - பூ - த - நம:

4 ஐம் ஸ்ரீம் ஹ்ரீம் க்லீம் ஸ்ரீம் ஹ்ரீம் ஸௌ: ஸ்ரீம் ஹ்ரீம்
த்ரிவிதா[3]நாத[2] ஸ்ரீபா - பூ - த - நம:

4 ஐம் ஸ்ரீம் ஹ்ரீம் க்லீம் ஸ்ரீம் ஹ்ரீம் ஸௌ: ஸ்ரீம் ஹ்ரீம்
அனபி[4]ஹிதாநாத[2] ஸ்ரீபா - பூ - த - நம:

4 ஐம் ஸ்ரீம் ஹ்ரீம் க்லீம் ஸ்ரீம் ஹ்ரீம் ஸௌ: ஸ்ரீம் ஹ்ரீம்
நந்தி[3]நாத[2] ஸ்ரீபா - பூ - த - நம:

4 ஐம் ஸ்ரீம் ஹ்ரீம் க்லீம் ஸ்ரீம் ஹ்ரீம் ஸௌ: ஸ்ரீம் ஹ்ரீம்
மஹாமனாநாத[2] ஸ்ரீபா - பூ - த - நம:

4 ஐம் ஸ்ரீம் ஹ்ரீம் க்லீம் ஸ்ரீம் ஹ்ரீம் ஸௌ: ஸ்ரீம் ஹ்ரீம்
ஸுந்த[3]ராநாத[2] ஸ்ரீபா - பூ - த - நம:

4 ஐம் ஸ்ரீம் ஹ்ரீம் க்லீம் ஸ்ரீம் ஹ்ரீம் ஸௌ: ஸ்ரீம் ஹ்ரீம்
விச்வேச்வராநாத[2] ஸ்ரீபா - பூ - த - நம:

4 ஐம் ஸ்ரீம் ஹ்ரீம் க்லீம் ஸ்ரீம் ஹ்ரீம் ஸௌ: ஸ்ரீம் ஹ்ரீம் காலாநாத[2]
ஸ்ரீபா - பூ - த - நம:

4 ஐம் ஸ்ரீம் ஹ்ரீம் க்லீம் ஸ்ரீம் ஹ்ரீம் ஸௌ: ஸ்ரீம் ஹ்ரீம்
மஹாகாலநாத[2] ஸ்ரீபா - பூ - த - நம:

4 ஐம் ஸ்ரீம் ஹ்ரீம் க்லீம் ஸ்ரீம் ஹ்ரீம் ஸௌ: ஸ்ரீம் ஹ்ரீம்
அப[3]யாநாத[2] ஸ்ரீபா - பூ - த - நம:

4 ஐம் ஸ்ரீம் ஹ்ரீம் க்லீம் ஸ்ரீம் ஹ்ரீம் ஸௌ: ஸ்ரீம் ஹ்ரீம்
விகாராநாத[2] ஸ்ரீபா - பூ - த - நம:

4 ஐம் ஸ்ரீம் ஹ்ரீம் க்லீம் ஸ்ரீம் ஹ்ரீம் ஸௌ: ஸ்ரீம் ஹ்ரீம்
மஹாகாராநாத ஸ்ரீபா - பூ - த - நம:

4 ஐம் ஸ்ரீம் ஹ்ரீம் க்லீம் ஸ்ரீம் ஹ்ரீம் ஸௌ: ஸ்ரீம் ஹ்ரீம்
ஸ்ர்வகா[3]நாத[2] ஸ்ரீபா - பூ - த - நம:

4 ஐம் ஸ்ரீம் ஹ்ரீம் க்லீம் ஸ்ரீம் ஹ்ரீம் ஸௌ: ஸ்ரீம் ஹ்ரீம்
ஸ்ருகா[3]லாநாத[2] ஸ்ரீபா - பூ - த - நம:

4 ஐம் ஸ்ரீம் ஹ்ரீம் க்லீம் ஸ்ரீம் ஹ்ரீம் ஸௌ: ஸ்ரீம் ஹ்ரீம்
பூதனாநாத[2] ஸ்ரீபா - பூ - த - நம:

4 ஐம் ஸ்ரீம் ஹ்ரீம் க்லீம் ஸ்ரீம் ஹ்ரீம் ஸௌ: ஸ்ரீம் ஹ்ரீம்
சர்வரீநாத[2] ஸ்ரீபா - பூ - த - நம:

4 ஐம் ஸ்ரீம் ஹ்ரீம் க்லீம் ஸ்ரீம் ஹ்ரீம் ஸௌ: ஸ்ரீம் ஹ்ரீம்
வ்யோமாநாத[2] ஸ்ரீபா - பூ - த - நம:

4 ஐம் ஸ்ரீம் ஹ்ரீம் க்லீம் ஸ்ரீம் ஹ்ரீம் ஸௌ: ஸ்ரீம் ஹ்ரீம்
பூர்ணாநாத[2] ஸ்ரீபா - பூ - த - நம:

4 ஐம் ஸ்ரீம் ஹ்ரீம் க்லீம் ஸ்ரீம் ஹ்ரீம் ஸௌ: ஸ்ரீம் ஹ்ரீம் சது:
சஷ்டிநாத[2] ஸ்ரீபா - பூ - த - நம:

4 ஹலகலஹ்ரீம் ஹஸகஹல ஹ்ரீம் ஸகல ஹ்ரீம் லோ
பாமு[3]த்ராம்பா[3] ஸ்ரீபா - பூ - த - நம:

4 ஸ்ரீம் ஹ்ரீம் ஸ்ரீம் பு[4]வனேஸ்வர்யம்பா[3] ஸ்ரீபா - பூ - த - நம:

4 ஹ்ரீம் ஸ்ரீம் க்லீம் ஓம் நமோ ப[3]க[3]வதே அன்னபூர்ணணே மம
அபி[3]லக்ஷி மன்னம் தேஹிஸ்வாஹா ஸ்ரீஅன்னபூர்ணாம்பா[3]
ஸ்ரீபா - பூ - த - நம:

4 அம்க்ஷம் ஈம் காம கமலாம்பா[3] ஸ்ரீபா - பூ - த - நம:

4 ஸஹஸ்ரார ஹும்பட்[2] ஸுதர்ஸன ஸ்ரீபா - பூ - த - நம:

4 ஸ்ரீம் ஹ்ரீம் ஓம் ஸுதர்ஸன சக்ராய ரிபுசித்தம் ப்[4]ராமய
ப்[4]ராமய ஸ்வாஹா ஸுதர்ஸன ஸ்ரீபா - பூ - த - நம:

4 ஓம் க்ஷிம் க்ஷிபஸ்வாஹா மஹா[3] கருட[4] ஸ்ரீபா - பூ - த - நம:

4 ஓம் நமோ ப[4]கவதே ஸ்ரீமந் மஹாக[3]ருடாய அம்ருதகோ
ஸோத்[3]ப[4]வாய வஜ்ரநக[2]
[3]வஜ்ரதுண்ட, பக்ஷாலாங் க்ருத சரீராய, ஸ்ரீமந் மஹா
கருட[3] விஷம் ஹூம்பட்[2] ஸ்வாஹா கருட ஸ்ரீபா - பூ - த - நம:
4 வம் - க்ஷம் - க்ஷிபஸ்வாஹா கருட ஸ்ரீபா - பூ - த - நம:
4 கார்த்த வீர்யாஜுன ஓம் ப்[2]ரோம் ச்[4]ரீம் க்லீம் ப்லூம்
ஆம் ஹ்ரீம் க்ரோம் ஸ்ரீம் ஹூம் பட் ஸ்வாஹா
கார்த்தவீர்யாஜுனாய நம: கார்த்தவீர்யாஜுன ஸ்ரீபா-பூ-த-நம:
4 ஓம் க்ஷ்ரௌம் ஈம் ஹம் உக்[3]ரம் வீரம் மஹா விஷ்ணும்
ஜ்வலந்தம் ஸர்வதோமுக[2]ம்
ந்ருஸிம்ஹம்பீ[4]ஷணம்[4]பத்[3]ரம் ம்ருத்யும்ருத்யும் நமாம்யஹம்
ஹம் ஈம் க்ஷ்ரௌம் ஓம் மந்த்ரராஜ ந்ருஸிம்ஹ ஸ்ரீபா-பூ-த-நம:
4 அச்சுதாய நம: அனந்தாய நம:
கோவிந்தா[3]ய நம: நாமாத்ரய ஸ்ரீபா - பூ - த - நம:
4 ஓம் ராம் ராமாய நம: ராம ஸ்ரீபா - பூ - த - நம:
ஓம் ஸ்ரீம் ஹ்ரீம் க்லீம் நித்ய சுத்[3]த[4] புத்தா[3]ய ராமாய
பரப்[4]ரஹ்ம்மனே நம: ராம ஸ்ரீபா - பூ - த - நம:
4 ஓம் ஸ்ரீம் சீதாயை ஸ்வாஹா ஸீதாதே[3]வி ஸ்ரீபா-பூ- த - நம:
4 க்லீம் க்ருஷ்ணாய கோவிந்தா[3]ய கோ[3] பீஜனவல்லபா[3]ய
ஸ்வாஹா ராஜகோ[3]பா[3]ல ஸ்ரீபா - பூ - த - நம:
4 அன்னரூப, ரஸரூப, நமோ நம:
அன்னாதி[4] பதயே மம அன்னம் ப்ரயச்ச ஸ்வாஹாகோ[3]பால
ஸ்ரீபா - பூ - த - நம:
4 ஓம் க்லீம் க்ருஷ்ண க்ருஷ்ண ஹரே க்ருஷ்ண ஸர்வக்ஞ
த்வம் ப்ரஸீத[3]மே
ரமாரமண விச்வேஸ வித்[3]யாமாஸுப்ரயச்சமே
க்லீம் ஓம் கோ[3]பால ஸ்ரீபா - பூ - த - நம:
4 க்லீம் தே[3]வகீஸுத கோவிந்த[3] வாஸுதே[3] வஜக[3]த்பதே
தே[3]ஹிமே தனயம் க்ருஷ்ண சரணாக[3]த வத்ஸல
ஸந்தானகோ[3]பால ஸ்ரீபா - பூ - த - நம:
4 ஓம் க்லீம் க்ருஷ்ண க்லீம் கோ[3]பால ஸ்ரீபா-பூ-த-நம:
4 ஓம் ஹ்ரீம் க[4]ருணிஸ்சூர்ய ஆதித்[3]யோம் சூர்ய ஸ்ரீபா-பூ-த-நம:
4 ஓம் நமோ ப[4]க[3]வதே த[3]நவந்த்ரயே அம்ருத

கலஸஹஸ்தாய ஸர்வமாமய விநாஸாய
த்ரிலோகநாதாய விஷ்ணவே ஸ்வாஹா த^{4}ன்வந்த்ரி
ஸ்ரீபா-பூ-த- நம:
4 ஓம் ஹ்ரீம் ஈம் ஓம் நமோ ப^{4}கவதி மஹாமாயே மனோமய
ஜகத்க்ஷோபி^{4}ணி
வரவரதே^{3} ஸர்வஜனம் மோஹயமோஹய ஈம் ஹ்ரீம் ஸ்வாஹா
இந்த்ர ஜாலிமாயா மஹாதே^{3}வீ ஸ்ரீபா - பூ - த - நம:
4 வம் ஸம் ஜ்^{4}ரம் ஜ்^{4}ரம் ஜூம் ரம் ஹ்ரீம் ஸ்ரீம் மோம் ப^{2}கவதி
சித்ர வித்^{3}யே மஹாமாயே அம்ருதேஸ்வரி ஏஹ்யேஹி,
ப்ரஸன்ன வத^{4}னே அம்ருதம் ப்லாவய அனலம் ஸீதனம்
குருகுரு ஸர்வ விஷம் நாஸயஜ்வரம் ஹன ஹன பைத்யோன்
மாதம் மோசய
மோசய ஆஜ்யோஷ்ணம் சமயசமய ஸர்வஜனம் மோஹய
மோஹய மாம்பாலய மோம் ஸ்ரீம் ஹ்ரீம் ரம்ஜூ^{4}ம் ஜ்^{4}ரம்ஜ்^{4}ரம்
ஸம்வம் ஸ்வாஹா இந்த்ர ஜாலி மாயா மஹாதேவீ
ஸ்ரீபா - பூ - த - நம:
4 ஓம் லம்யத இந்த்ர ப^{4}யாமஹே ததோநோ அப^{4}யம்க்ருதிமக
வஞ்சக்தி தவன்ன ஊதயே வித்விஷோம்ருதோஜஹி
லம் ஓம் இந்த்^{3}ராய நம: இந்த்^{3}ர ஸ்ரீபா - பூ - த - நம:
4 ஓம் ரம் இந்த^{2}ரது^{3}லூக ஆபப்தது ஹிரண்யாக்ஷோ அயோமுக^2
ரக்ஷஸாம்தூதஆகத: தபிதோநாஸயக்^{3}னே - ரம் ஓம் அக்னயே
நம: அக்னி ஸ்ரீபா - பூ - த - நம:
4 ஓம் க்ரோம் ஹ்ரீம் ஆம் வைவஸ்வதாய தர்மராஜாய
பக்தானுக்^{3}ரஹ க்ருதே நம: யம ஸ்ரீபா - பூ - த - நம:
4 ஓம் நமோ விசித்ராய ப்ரளயம் கயயஸ்வாஹா
சித்ரகுப்த ஸ்ரீபா - பூ - த - நம:
4 க்ஷம்நிருருதயே நம: நிருருதி ஸ்ரீபா - பூ - த - நம:
4 வம்வருணாயநம: வருண ஸ்ரீபா - பூ - த - நம:
4 யம் வாயவே நம: வாயு ஸ்ரீபா - பூ - த - நம:
4 ஓம் க்ரீம் யக்ஷாய குபேராய வைச்ரவணா த^{3}னதா^{4}ன்யாதி^{3}
பதயே த^{4}ன^{4}தான்ய ஸம்ருத்^{3}திம்மே தேஹிதா^{3} பயஸ்வாஹா
குபே^{3}ர ஸ்ரீபா - பூ - த - நம:
4 ஓம் ஸ்ரீம் ஓம் ஹ்ரீம் க்லீம் வித்தேஸ்வராய நம: குபேர
ஸ்ரீபா - பூ - த - நம:

4 ஓம் ஹம் ஓம் நமோ ப4கவதே ருத்3ராய ஹம் ஓம் ருத்3ர
ஸ்ரீபா - பூ - த - நம:

4 ஓம் ஐம் க்ரீம் ஹ்ரீம் ஹும்3தும் லம் - ஸ்ரீம் ஈம் இந்த்3ராக்ஷிரக்ஷ ரக்ஷ மமசத்ரூன் து3க்க க்3ரந்திம் ஸ்போ3டய ஸ்போ2டய மம அரீன் 4 பஞ்ஜய ப4ஞ்ஜய மம மனோ க்3ரந்திம்சரீர க்3ரந்தி3ம் கா4தய கா4தய ஹும் ப2ட் ஸ்வாஹா ஸுர - நாயகா - இந்த்ராக்ஷி
ஸ்ரீபா - பூ - த - நம:

4 ஓம் ஸ்ரீம் ச்ராம் ஐம் க்லீம் ஸௌ: ஓம் நமோ4ப3கவதி இந்3தராக்ஷிபூதப4 விஷ்ய த்வர்தமான காலவா3தினிப்ரபஞ்ச காரிணி அமுகம்மே கார்யம் க2தய ஸௌ:
க்லீம் ஐம் ச்ராம் ஸ்ரீம் ஓம் ஸ்வாஹா
ஸர்வவாதினி இந்த்3ராக்ஷி ஸ்ரீபா - பூ - த - நம:

4 ஓம் ஹ்ரீம் க்ரோம் ஐம் க்லீம் ஸௌ: ஸ்ரீம்3க்லௌம்
த்2ராம் 3தத்தாத்ரேய ஸ்ரீபா - பூ - த - நம:

4 ஓம் ஹ்ரீம் த்3ராம் த்3த்தாத்ரேயாய நம:
த்ராம் ஹ்ரீம் ஓம் 3தத்தாத்ரேய ஸ்ரீபா - பூ - த - நம:

4 ஓம் ஹ்ரீம் த்3ராம் 3தத்தாத்ரேய ஹரே க்ருஷ்ண
உன்மத்தா உந்த3தா3யக
தி3கம்பரமுனேபால சாச ஞானஸாக34ர
த்ராம்ஹ்ரீம் ஓம்3 தத்தா3த்3ரேய ஸ்ரீபா - பூ - த - நம:

4 த்2வாத3ஸாக்ஷரிமனு: ஓம் நமோ ப4க3வதே வாஸுதே3வாய வாஸுதே3வா ஸ்ரீபா - பூ - த - நம:

4 ஓம் நமோ நாராயணாய நாராயண ஸ்ரீபா - பூ - த - நம:

4 ஸத்4யோஜாதம் ப்ரபத்4யாமி ஸத்யோஜாதா4யவைநமோ நம: ப4வே ப4வே நாதிப4வே ப4வஸ்வமாம்ப4வோத் ப4வா நம: மகார ரூபாய ஸம்ஹார கர்த்ரே ருத்3ராய நம: ருத்3ர
ஸ்ரீபா - பூ - த - நம:

4 ஹ்ஸ்ரௌம் ஹ்ஸ்ம் ஹ்ஸ்ரௌ: ஹ்ஸ்க்ப்ரேம் ப4க3வத்யம்பே3 ஹஸக்ஷமல வரயூம் ஹ்ஸ்க்ப்2ரேம் ப3க3வத்யம்பே3 ஹஸக்ஷமல வரயூம் ஹ்ஸ்க்ப்2ரேம் அகோ4ரமுகி ச்ராம் ச்ரீம் கிணி - கிணி விச்சே ஹ்ஸ்ரௌ: ஹ்ஸ்க்ப்2ரேம் ஹ்ஸ்ரௌ: பச்சிமாம்னாய ஸமய வித்4யேஸ்வரிகுஞ்சிகா தேவ்யாம்பா3
ஸ்ரீபா - பூ - த - நம:

4 பஞ்சத^{3}சி-த^{3}ஸதூ^{3}தி^{3}மண்ட^{3}லத்ரய வீர த^{3}ஸகசது: ஷஷ்டி ஸித்த^{4}நாத^{2} ஸஹிதாயை லோபாமு த்ராதிஸமய வித்^{4}யே ஸ்வரீ பர்யந்த ^{3}த்விஸஹஸ்ர தே^{3}வதா பரிஸேவிதாயை ஜாலாந்த்^{3}ரபீ^{2}டஸ்திதாயை பச்சிமாம்னாய ஸமஷ்டி ரூபிண்யை ஸ்ரீமஹா த்ரிபுர சுந்^{3}தர்யை நம:

ஸ்ரீமஹாதிரிபுர சுந்த^{3}ரி ஸ்ரீபா - பூ - த - நம:

✪✪✪

உத்தராம்னாயம்

4 ஸமஷ்டி சக்ரே உத்தராம்னாய தே^{4}வதாம் குப்^{4}ஜகாளீம் பஞ்சமுண்டா^{3}ஸனாம் ப^{3}ந்தூ^{3}க குஸுமாருணாம் தாத்^{3}ருஸ வஸ்த்ராப்^{4}ரணாணுலேபனாம் சந்த்^{4}ரசூடாம் முண்ட^{3}மாலா த^{4}ராம் த்ரிநேத்ராம் வாமோர்த்^{4}வா^{3}திதி ததோத்ராம் புஸ்தக அக்ஷமாலாவராப^{4}யகராம்த்^{4}யாத்வா

4 துரீயம்பா^{3} ஸ்ரீபா - பூ - த - நம:
4 மஹார்த்^{4}தா ஸ்ரீபா - பூ - த - நம:
4 அச்வாரூடா^{3} ஸ்ரீபா - பூ - த - நம:
4 மிஸ்ராம்^{3}பா ஸ்ரீபா - பூ - த - நம:
4 வாக்^{3}வா^{3}தினி ஸ்ரீபா - பூ - த - நம:
4 த்ரிம் ஸத்ஸஹஸ்ரதே^{3}வதா ஸ்ரீபா - பூ - த - நம:
4 ^{3}த்ரீம் ஸர்வ வித்^{3} ^{3}ராவினி ஸ்ரீபா - பூ - த - நம:
4 க்லீம் ஸர்வாகர்ஷிணி ஸ்ரீபா - பூ - த - நம:
4 ப்^{3}லூம் ஸர்வவஸங்கரி ஸ்ரீபா - பூ - த - நம:
4 ஸ: ஸர்வோன்மாதி^{3}னி ஸ்ரீபா - பூ - த - நம:
4 க்ரோம் ஸர்வ மஹாங்குஸா ஸ்ரீபா - பூ - த - நம:
4 ஹ்ஸ்க்ப்ரேம் ஸர்வ கேசரி ஸ்ரீபா - பூ - த - நம:
4 ஹ்ஸௌ: ஸர்வ பீஜ ஸ்ரீபா - பூ - த - நம:
4 ஐம் ஸர்வயோநிமுத்^{3}ரா ஸ்ரீபா - பூ - த - நம:
4 ஐம் ஹ்ரீம் ஸ்ரீம் ஐம் க்லீம் ஸௌ: லம் ப^{4}ரஹ்ம்ம வீராவளி ஸ்ரீபா - பூ - த - நம:
4 ஐம் ஹ்ரீம் ஸ்ரீம் ஐம் க்லீம் ஸௌ: வம் விஷ்ணு வீராவளி ஸ்ரீபா - பூ - த - நம:
4 ஐம் ஹ்ரீம் ஸ்ரீம் ஐம் க்லீம் ஸௌ: ரம் ருத்ர வீராவளி ஸ்ரீபா - பூ - த - நம:
4 ஐம் ஹ்ரீம் ஸ்ரீம் ஐம் க்லீம் ஸௌ: ஹம் ஸதா^{3}சிவ வீராவளி ஸ்ரீபா - பூ - த - நம:
4 ஹஸஹஸகல - ஹஸகஹல ஸகல ஹ்ரீம் துயாம்பா ஸ்ரீபா - பூ - த - நம:
4 ஐம் ஈம் ஔ: க^{5}ஹ^{4}ஸ^4 ஸம் ஸ்ருஷ்டிநித்யே ஸ்வாஹா ஹம்ஸ்திதிபூர்ணே நம:

நம் மஹாஸம்ஹாரிணி க்ருஸேசண்ட காளிப[2]ட்,
ஹ்ஸ்க்ப்ரேம் மஹாணாக்யே, அனந்த[4] பாஸ்கரி, மஹா
சண்ட[3] காளிப[2]ட், ரம்மஹா ஸ ம்ஹாரிணி, க்ருஸே சண்ட
காளிபட்[2] ஹம் ஸ்திதிபூர்ணே நம:
ஸம் ஸ்ருஷ்டி நித்யே ஸ்வாஹா மஹார்த்[3]தா[2]ம்பா ஸ்ரீபா -
பூ - த - நம:
4 ஓம் ஹ்ரீம் க்ரோம் ஏஹி பரமேஸ்வரி ஸ்வாஹா
அஸ்வாரூடா[3]ம்பா[3] ஸ்ரீபா - பூ - த - நம:
4 ஐம் மிஸ்ராம்பா[4] ஸ்ரீபா - பூ - த - நம:
4 ஐம் வத[3]வத[3] வாக்வாதி[3]னி ஸ்வாஹா வாக்வா[3]தின்யம்பா[3]
ஸ்ரீபா - பூ - த - நம:
4 ஓம் ஸ்ரீம் ஹ்ரீம் க்லீம் [3]தும் உத்திஷ்ட புருஷி கிம்
ஸ்வபிஷிப[4]யம்மே ஸமுபஸ்திதம்
யதி[3] சக்யம் அஸக்யம்வா தன்மே ப[4]கவதி ஸமயஸ்வாஹா
வனதுர்க்காம்[3]பா ஸ்ரீபா - பூ - த - நம:
4 ஓம் ஸ்ரீம் ஹ்ரீம் க்லீம் க்ஷ்ரௌம் [3]தும்ஜ்வல ஜ்வல
சூலினி துஷ்ட க்ரஹஹூம்ப[2]ட் ஸ்வாஹா சூலினி
[3]துர்க்கா[3]ம்பா ஸ்ரீபா - பூ - த - நம:
4 ஓம் ஹ்ரீம் தும் ஜாதவேத[3]ஸே ஸுனாம ஸோம மராயதோ
நிதஹாதி வேத[3]:!!
ஸந: பர்ஷததி துக்கானிவிஸ்வாநாவேவஸிந்து[3]ம்
து[3]ரிதா[3]யக்[3]னி: து[3]ம் ஹ்ரீம் ஓம் ஜாதவேதோ[3] து[3]ர்க்கா[3]ம்பா
ஸ்ரீபா - பூ - த - நம:
4 ஓம் ஹ்ரீம் து[3]ம் துர்க்கா[3]ம் தே[3] வீசரணமஹம் ப்ரபத்[4]யே
தும்ஹ்ரீம் ஓம் சாந்தி [3]துர்க்[3]காம்பா[3] ஸ்ரீபா - பூ - த - நம:
4 ஓம் ஹ்ராம் ஹ்ரீம் ஸௌ: ஐம் ஸ்ரீம் க்ஷம் [3]தும் சப[3]ரி
[2]துர்க்கா[3]யை க்ரோம் அமலவரயூம் ஆதிசக்தி ஸ்வரூபிணி
அக்ஷரமயே ரக்ஷ: குலநாஸினி மாம் ரக்ஷரக்ஷமம சத்[2]ரூன்
விதா[2]ராய விதா[2]ராய ரோகான் பஸ்மீகுரு பஸ்மீகுரு
க்ருத்ரீமான்[3]ஹ த[3]ஹ்ப்ரராணான் வஹவஹ ஆபிசாரிகான்
நாஸய நாஸய ஸர்வம் மாம் ரக்ஷரக்ஷ சப[3]ரிது[3]ர்க்கா[3]யை
ஸ்ரீபா - பூ - த - நம:
4 ஹ்ராம் ஹ்ரீம் ஸௌ: க்[2]லௌம் ஐம் ஸ்ரீம் ஜ்வல து[3]ர்க்கே[3]
ஏஹ்யேஹி ஸ்[3]புரஸ்பு[3]ர

ஆதிவிஷ்ணுஸோத^{3}ரீ அஸ்தர ஜ்வல து^{3}ர்க்கே^{3} ஆவேஸய ஆவேஸய
ஜ்வல து^{3}ர்க்கா^{3}ய வித்மஹே ஜாஜ்வல்ய மானாய தீ^{3}மஹி தன்னோ படவானல ப்ரசோத^{3}யாத்!!
வமலவரயூம் ஜ்வல^{3} துர்க்கா^{3} ஸ்த்ரே ஹூம்பட் ஸ்வாஹா!!
ஜ்வலது^{3}ர்க்கா^{3}ம்பா ஸ்ரீபா - பூ - த - நம:
கம் சிடி - சிடி சாண்டா^{3}ளி மஹாசண்டா^{3}ளி அமகம் மே வசமானயஸ்வாஹா:
லவண^{3}துர்க்காம்பா^{3} ஸ்ரீபா - பூ - த - நம:
4 ஓம் க்ரோம் ஹ்ரீம் ஆம் ^{3}தும் ^{3}துர்க்கே^{3} ஹ்ரீம் ஏஹ்யேஹி ஆவேசய ஆவேச
ஹ்ரீம்^{3}தும்^{3}துர்க்கே^{3} ஆம் ஹ்ரீம்க்ரோம்
ஓம்ஹூம்பட்^{3}ஸ்வாஹா
தீபது^{3}ர்க்காம்பா^{3} ஸ்ரீபா - பூ - த - நம:
4 ஓம் ஸ்ரீம் ஹ்ரீம் கடுகே கடு பத்ரமே அசுப^{4}கே^{3} ஆஸுரி ரக்த
வஸநேதர்வன து^{3}ஹித:
அகோ^{4}ரே கோ^{4}ரகர்ம காரிகே அமுகஸ்ய ப்ரஸ்தி^{2}தஸ்ய ஸாத்^{4}யஸ்ய^{3}கதிம் த^{3}ஹத^{3}ஹ
உபவிஷ்டஸ்ய கு^{3}தம் ^{3}ஹத^{3}ஹ ப்ரஸுபதஸ்ய மனோ த^{3}ஹத^{3}ஹ ப்ரபு^{3}த்தஸ்ய
ஹ்ருத^{3}யம் த^{3}ஹத^{3}ஹ ஹனஹன பசபச நாம ரூபம் த^{3}ஹத^{3} ஹதா^{3} வத்ருஹ தாவத்
பசயாவன்மே வஸமாகச்ச^{3}திதாவன்மே வஸமானயஸ்வாஹா
அஸுர துர்க்காம்பா^{3} ஸ்ரீபா - பூ - த - நம:
4 க்ரீம் க்ரீம் க்ரீம் ஹூம்
ஹ்ரீம் ஹ்ரீம் தக்ஷிண காளிகே
க்ரீம் க்ரீம் க்ரீம்
ஹூம் ஹூம் ஹ்ரீம் ஹ்ரீம் ஸ்வாஹா!!
தக்ஷிண காளிகாம்பா^{3} ஸ்ரீபா - பூ - த - நம:!!
4 ஐம் ஹ்ரீம் க்லீம் சாமுண்டா^{3}யை விச்சே
சாமுண்^{3}டா^{3} தேவி ஸ்ரீபா - பூ - த - நம:!!
4 ஓஷ்டபி^{3}தான நகுலீதந்தை பரிவ்ருதாபவி:!
ஸர்வஸ்யை வா^{3}சஈஸானா சாருமாமிஹ வாதயேத்
நகுளிதே^{3} வதா ஸ்ரீபா - பூ - த - நம:

4 ஓம் ஈம் நமோ ப3க3வதி சார3தா தே3வ்யத் யந்தாமல
போ4ஜ்யம்
தே3ஹிதே3ஹி ஆ3கச்ச2 ஆ3கச்ச2 ஆகந்துகம்
ஹ்ருதி ஸம்ஸ்தம் கார்யம் ஸத்யம் ப்3ரூஹி ப்3ரூஹி
புலிந்தி3னி ஈம் ஓம் ஹ்வாஸா!
புலிந்3தின்யம்3பா ஸ்ரீபா - பூ - த - நம:
4 க்லீம் நமோ ப4கவதி ரக்த பஞ்சமி ரேணுகாதே3வி
ஹனஹன
பசபச அகில ஜ3கன்மே
வஸம் குருகுரு ஸ்வாஹா!!
க்லீம் ரேணுகாம்பா3 ஸ்ரீபா - பூ - த - நம:
4 ஓம் ஸ்ரீம் ஹ்ரீம் க்லீம் மஹாலக்ஷ்மி ஏஹ்யேஹி
ஸர்வ ஸௌபாக்யம் தே4ஹிமே ஸ்வாஹா!!
மஹாலக்ஷ்ம்யம்பா3 ஸ்ரீபா - பூ - த - நம:
4 ஸம் ஸரஸ்வத்யை நம: வாகி3ஸ ஸ்ரீபா - பூ - த - நம:
4 ஓம் ஸ்ரீம் ஹ்ரீம் க்ம் அம்... க்ஷம் க்லீம்
ஹ்ரீம் ஸ்ரீம் ஓம்!!
மாத்ருகாம்பா3 ஸ்ரீபா - பூ - த - நம:
4 ஓம் ஹ்ரீம் யோகினி யோகி3னி யோகேஸ்வரி யோகா3
பயங்கரி ஸகல ஸ்தாவர
ஜங்க3ம முக2 ஹ்ருதய3யம் மமவஸம்
ஆகர்ஷய ஆகர்ஷய ஸ்வாஹா! ஸ்வயம் வராம்பா3
ஸ்ரீபா - பூ - த - நம:
4 வாமதே3வாய நமோ ஜ்யேஷ்டா2ய நம:
ச்ரேஷ்டா2ய நமோருத்3ராய நம:
காலாய நம:
கலவிகரணாயநமோ
ப3லவிகரனாய நமோ
நமோ ப3லாய நமோ
ப3லப்ரமத2னாய நம:
ஸர்வபூ4த தமனாய, நமோ மனோன்மனாய நம:
அர்த்த4 மாத்ராகாராய திரோதா4ன கர்த்தாரே
ஈஸ்வராய நம:
ஈஸ்வர ஸ்ரீபா - பூ - த - நம:

4 ஹஸ்க்ப்2ரேம் மஹாசண்ட்3 யோகேஸ்வரி காளிகேபட்2 உத்தராம்னாய சமய வித்3யேஸ்வரி காளீகா தேவர்யம்பா3 ஸ்ரீபா - பூ - த - நம:

பஞ்சத3சி நவமுத்3ரா பஞ்சவீராவளீ ஸஹிதாயை,

துர்யாம்பா3தி3ஸமயவித்4யேஸ்வரீ

பர்யந்த த3விஸஹஸ்ர தே3வதா பரிஸேவிதாயை ஒட்யாண பீட ஸ்தி2தாயை

உத்தராம்னாய ஸமஷ்டிரூபிண்யை ஸ்ரீமஹாதிரிபுர சுந்த3ர்யை நம:!!

ஸ்ரீமஹாதிரிபுர சுந்த3ரீ ஸ்ரீபா - பூ - த - நம:!!

✪✪✪

ஊர்த்வாம்னாயம்

4 அம்ருதார்ணவ மத்யோத்4யத்
ஸ்வர்ணத்வீ3பே மனோரமே!
கல்ப வ்ருக்ஷ வனாந்த ஸ்தே2 நவமாணிக்ய மண்ட3பே
நவரத்னமய ஸ்ரீமத்ஸிம்ஹாஸன க3தாம்பு3ஜே!
த்ரிகோணாந்த: ஸமாஸீனம் சந்த்3ர சூர்யாயுத3 ப்ரபம்!!
அர்த்3தா3ம்பிகா ஸமாயுக்தம் ப்ரவி4பக்3த வி4பூஷணம்!!
கோடி3கந்4தர்ப்ப4 லாவண்யம் ஸ3தா3 ஷோட3 ஸவார்ஷிகம்!!
மந்த ஸ்மிதமுகாம் போ4ஜம் த்ரிநேத்ரம் சந்திரசேகரம்!
திவ்யாம்ப3ர ஸ்ரகா3லேபம் திவ்யாப4ரணபூ4ஷிதம்!!
பானபாத்ரம்ச சின்முத்3ராம் த்ரிசூலம் புஸ்தகம் கரை:!
வித்3யா ஸம்ஸதி3 பிப்4ராணம் ஸதா3னந்3தமுகே2 க்ஷணம்!!
மஹாஷோடோ3 திதாஸேஷ தே3வதா4க3ணஸேவிதம்!
ஏவம் சித்தாம் பு4ஜேத்யாயேத் அர்த்த4னாரீச்வரம் சிவம்!!
பும்ரூபம் வாஸ்மேரேத்தே3வீ
ஸ்திரீரூபம் வாவிசின்தயதே!
அத2வாஸிஷ்கலம் த்2யாயேத் சச்சிதா2னந்த3 லக்ஷணம்!!
ஸர்வதேஜோமயம் த்4யாயேத்4 சராச்சர விக்3ரஹம்!!

4 ஐம் ஹ்ரீம் ஸ்ரீம் அம்... க்ஷம்
ஸ்ரீம் ஹ்ரீம் ஐம் மாலின்யம்பா3 ஸ்ரீபா - பூ - த - நம:
4 ஹ்ராம் ஹ்ரீம் ஹூம்பட்2
மந்த்ர ராஜ ஸ்ரீபா - பூ - த - நம:
4 ஸ்ரீம் ஸெள: க்லீம் ஐம் ஹ்ரீம் ஸ்ரீம் ஹ்ரீம் ஓம் ஸகல ஹ்ரீம் ஹஸகஹல ஹ்ரீம் கஏஈல ஹ்ரீம் ஹ்ரீம் ஸ்ரீம்
ஐம் க்லீம் ஸெள: பராஷோடஸ்யம்பா3 ஸ்ரீபா - பூ - த - நம:
4 ஸெள: பரா4பட்டாரிகாம்பா ஸ்ரீபா - பூ - த - நம:
4 ஐம் ஹ்ரீம் ஸ்ரீம் ஹ்ஸ்க்ப்ரேம் ஹ்ஸெள:
அஹமஹம் அஹமஹம் ஹ்ஸெள:
ஹஸ்க்ப்ரேம் ஸ்ரீம் ஹ்ரீம் ஐம் பரா சாம்ப4வ ஸ்ரீபா - பூ - த - நம:
4 ஹ்ஸ்க்ப்ரேம் ஹ்ரீம் ஸெள: ஸ்ரீம் ஹூம்
பராசாம்ப4வ்யம்3பா ஸ்ரீபா - பூ - த - நம:
4 ஹ்ஸ்க்ப்ரேம் ஹ்ரீம் ஸெள: ஸ்ரீம் ஹூம்
பராசாம்ப4வ்யம்3பா ஸ்ரீபா - பூ - த - நம:
4 ஹ்ஸெள: ப்ராஸாத3 பராம்பா3 ஸ்ரீபா - பூ - த - நம:
4 ஹ்ஸெள: பராப்ர ஸா3தாம்பா3 ஸ்ரீபா - பூ - த - நம:
4 ஹம் ஸம்ரம் ஈம் த3ஹர வித்யாம்பா3 ஸ்ரீபா - பூ - த - நம:
4 ஹம்ஸ: ஹம்ஸ: ஸ்ரீபா - பூ - த - நம:
4 ப்ரக்ஞானம் ப்4ரஹ்ம்ம, அஹம் ப்4ரஹ்மாஸ்மி, தத்வமஸி,
அயமாத்மா ப்4ரஹ்ம மஹாவாக்யம்பா4 ஸ்ரீபா-பூ - த - நம:
4 ஓம் நம: சிவாய
சிவபஞ்சாக்ஷர்யம்பா3 ஸ்ரீபா - பூ - த - நம:
4 ஓம் ஹ்ரீம் நம: சிவாய
சக்தி பஞ்சாக்ஷர்யம்பா3 ஸ்ரீபா - பூ - த - நம:
4 ஓம் ஹ்ரீம்
தாரக ஸ்ரீபா - பூ - த - நம:
4 ஈஸானஸ் ஸர்வ வித்4யானாம் ஈஸ்வர:
ஸர் வபூ4தானாம் ப்4ரம்மாதிபதிர் ப்4ரம்மணோதி3 பதிர்
ப்4ரம்மா சிவோமே அஸ்து ஸ3தாஸிவோம்
மந்த்ராதித ஸ்வரூபாய அனுக்3ரஹ கர்த்ரே ஸதா3 சிவாய நம:
ஸதா3ஸிவ ஸ்ரீபா - பூ - த - நம:

4 மக^{2}பரயகச் மஹிச நடயக்யூம் கம்ஸபரூம் சூம்
ஊர்த்^{3} வாம்னாயஸமய வித்யேஸ்வர்யம்^{3}பா ஸ்ரீபா-பூ-த-நம:
4 மஹாஷோமூலம் - ஸ்ரீமந்மாலிநி மந்த்ராஜகு^{3}ருமண்ட^{3}ல
ஸஹிதாயை, பராம்பா^{3}தி^{3}
ஸமய வித்^{3}யேஸ்வரி பர்யந்த அஸித ஸஹஸ்ரவேதா
பரிஸேவிதாயை ஸா^{4}ம்வ
பீ^{2}டஸ்தி^{2}தாயை, ஊர்த்^{4}வாம்னாய ஸமஷ்டிரூபிண்யை
ஸ்ரீமஹாதிரிபுர சுந்தர்^{3}யை நம:
ஸ்ரீமஹாதிரிபுரசுந்தரி^{3} பராப^{4}ட்டாரிகா ஸ்ரீபா - பூ - த - நம:

அனுத்தராம்னாயம்

4 ஐம் ஹ்ரீம் ஸ்ரீம் ஐம் க்லீம் ஸௌ:
ஐம் க்^{3}லௌம் ஹஸ்க்ப்ரேம் ஹஸக்ஷ மலவரயூம்
ஸஹக்ஷமலவரயீம்,
ஹ்ஸௌ: ஸ்ஸௌ: ஸ்ரீவித்^{3}யானந்த^{4} நாதாத்மக
சர்யானந்த^{3}நாத^{2} ஸ்ரீமஹா பாதுகாம் பூஜயாமி தர்ப்பயாமி நம:
4 ஸ்ரீம் ஹ்ரீம் க்லீம் அம்ருதவர்ஷிணி பாது^{3}கா பரமேஸ்வரி வௌஷட்
சம்ப்ரதா^{3}ய பாது^{3}கா ஸ்ரீபா - பூ - த - நம:
4 பரப்ரகாஸானந்த^{3}நாத^{3} ஸ்ரீபா - பூ - த - நம:
4 பரசிவானந்த^{3} நாத^{3} ஸ்ரீபா - பூ - த - நம:
4 பராசக்த்யம்பா^{3} ஸ்ரீபா - பூ - த - நம:
4 கௌலேஸ்வரானந்த^{3}நாத^{3} ஸ்ரீபா - பூ - த - நம:
4 ஸுக்ல தேவ்யம்பா^{3} ஸ்ரீபா - பூ - த - நம:
4 குலேஸ்வரானந்த^{3}நாத^{2} ஸ்ரீபா - பூ - த - நம:
4 காமேஸ்வர்யம்பா^{3} ஸ்ரீபா - பூ - த - நம:
4 போகானந்த^{3}நாத^{2} ஸ்ரீபா - பூ - த - நம:
4 க்லின்னானந்த^{3}நாத^{2} ஸ்ரீபா - பூ - த - நம:

4 ஸமயானந்த^{3}நாத^{2} ஸ்ரீபா - பூ - த - நம:
4 ஸஹஜானந்த^{3}நாத^{2} ஸ்ரீபா - பூ - த - நம:
4 க^{3}க^{3}னானந்த^{3}நாத^{2} ஸ்ரீபா - பூ - த - நம:
4 விச்வானந்த^{3}நாத^{2} ஸ்ரீபா - பூ - த - நம:
4 விமலானந்த^{3}நாத^{2} ஸ்ரீபா - பூ - த - நம:
4 மதனானந்த^{3}நாத^{2} ஸ்ரீபா - பூ - த - நம:
4 புவனானந்த^{3} நாத^{2} ஸ்ரீபா - பூ - த - நம:
4 லீலாம்பா^{3} ஸ்ரீபா - பூ - த - நம:
4 ஸ்வாத்மானந்த^{3} நாத^{2} ஸ்ரீபா - பூ - த - நம:
4 ப்ரியானந்த^{3}நாத^{2} ஸ்ரீபா - பூ - த - நம:
4 ஐம் ஹ்ரீம் ஸ்ரீம் யோஹமஸ்மி ப்ரஹ்ம மாஹமஸ்மி அஹமஸ்மி,
ப்ரஹ்மாஹமஸ்மி ஸோஹம் ஸ்வச்ச ப்ரகாஸ பரிபூர்ண பராபர
4 ஐம் க^{5}ஹம்ஸ: ரக்த சரண ரக்த சரணாம்பா^{3} ஸ்ரீபா-பூ-த-நம:
4 க்லீம் ஹ^{6} ஸோஹம்! சுக்ல சரண சுக்ல சரணாம்பா^{3} ஸ்ரீபா - பூ - த - நம:
4 ஸெள: ஸ^{3}: ஹம்ஸ: ஸோஹம்! மிஸ்ரசரண! மிஸ்ர சரணாம்பா^{3} ஸ்ரீபா - பூ - த - நம:
4 ஐம் க(15) ஹம்ஸ: சிவ: ஸோஹம் நிர்வாண சரண நிர்வாண சரணாம்பா ஸ்ரீபா - பூ - த - நம:
4 ஆதி^{3}நாத^{2} வ்யோமாதீதாம்பா^{3} ஸ்ரீபா - பூ - த - நம:
4 ஆதி^{3}நாத^{2} வ்யோமேஸ்வர்யம்பா^{3} ஸ்ரீபா - பூ - த - நம:
4 அனாமயானந்த^{3} நாத^{3} வ்யோம கா^{3}ம்^{3}பா ஸ்ரீபா-பூ-த - நம:
4 சிதா^{3}பா^{3}ஸ வ்யோமஸ்தாம்பா^{2} ஸ்ரீபா - பூ - த - நம:
4 ஹம் உன்மன்யாகாஸானந்த^{3}நாத^{2} ஸ்ரீபா - பூ - த - நம:
4 ஸம் மகாஸானந்த^{3}நாத^{2} ஸ்ரீபா - பூ - த - நம:
4 க்ஷம் வ்யாபகாகாஸானந்த^{3}நாத^{2} ஸ்ரீபா - பூ - த - நம:
4 மம் சக்த்யாகாசானந்த^{3}நாத^{2} ஸ்ரீபா - பூ - த - நம:
4 லம் த்^{4}வன்யாகாசானந்த^{3}நாத^{2} ஸ்ரீபா - பூ - த - நம:
4 வம் த்^{4}வனிமாத்ரா காஸானந்த^{3}நாத^{2} ஸ்ரீபா - பூ - த - நம:

4 ரம் இந்த்[3]வாகாஸானந்த[3]நாத[2] ஸ்ரீபா - பூ - த - நம:

4 யம் சிதா[3]காஸானந்த[3]நாத[2] ஸ்ரீபா - பூ - த - நம:

4 ஊம் வ்யஸ்தாகாஸானந்த[3]நாத[2] ஸ்ரீபா - பூ - த - நம:

4 ஹஸக்ஷமலவரயூம் ஸமஸ்தாகாஸானந்த[3]நாத[2]
ஸ்ரீபா - பூ - த - நம:

4 ஹ்ரீம் ஸ்வச்ச[2]ப்ரகாஸ பரிபூர்ண பராபர மஹாஸித்த[3] வித்யா குலயோகி[3]நிஹ்ரீம்
ஹ்ரீம் மூல வித்[4]யாம்பா[3] ஸ்ரீபா - பூ - த - நம:

4 ஹ்ஸெளம் ஸ்வாத்மானம் போ[3]த[3]ய போ[3]த[3]ய ஸ்ஸெள:
ப்ரஸாதபராமூல வித்[3]யாம்பா ஸ்ரீபா - பூ - த - நம:

4 ஐம் ப்[3]லூம் க்லின்னே க்லேதினி மஹாமதத்[3]ரவே க்லீம் க்லேத[3]ய க்லாம் க்லீம் மோஹய மோஹய க்லீம் நம;
ஸ்வாஹா அதிரஹஸ்ய யோகி[3] நிமூலவித்[4]யாம்பா[3] ஸ்ரீபா - பூ -த - நம:

4 ஹம்ஸ: ஸ்வச்ச ப்ரகாஸ பரிபூர்ணானந்த[3] பரமஹம்ஸ பரமாத்மனே ஸ்வாஹா!
ஹ்ஸெள: ஹ்ஸ்க்ஷ்ம்ர்யம் சாம்ப[4]வீமூல வித்[4]யாம்பா[3]
ஸ்ரீபா - பூ - த - நம:

4 ஹ்ரீம் நித்ய ஸ்புரண சைதன்யானந்த[3] மயீமஹா[3]பிந்[3]து வ்யாபக மாத்ருகா ஸ்வரூபிணி
ஐம் ஹ்ரீம் ஸ்ரீம் ஈம் ஹ்ருல்லேகாமூல வித்[4]யாம்பா[3]
ஸ்ரீபா - பூ - த - நம:

4 ஐம் ஹ்ரீம் ஸ்ரீம் ஸ்வச்ச2 ப்ரகாஸாத்மிகே ஹ்ரீம் குலமஹாமாலினி ஐம்குல
மஹாமாத்ருகே ஹ்ரீம் ஐம் ஸமய விமலே க்ஷம் ஸமய விமல மூல வித்[4]யாம்பா[3] ஸ்ரீபா - பூ - த - நம:

4 ஹம்ஸ: ஸவச்சப்ரகாஸ பரிபூர்ண பராபர மஹா ப்ரகாஸாத்மிகே குலகுண்ட[3]லிநி ஆக்ஞா
ஸித்திமஹா பை[4]ரவி ஆத்மானம் போ[3]த[3]ய போ[3]த[3]ய

அம்பே3 ப4கவதி ஹ்ரீம் ஹூம்
ப்ரோ3தி4னீமூல வித்4யாம்பா3 ஸ்ரீபா - பூ - த - நம:

4 ஓம் மோக்ஷம் குரு - குரு
கௌல பஞ்சாக்ஷரிமூல வித்4யாம்பா3 ஸ்ரீபா - பூ - த - நம:

4 ஹஸகல ஹ்ரீம் ஹஸகஹல ஹ்ரீம் ஸகல ஹ்ரீம் சைதன்ய மூல வித்யாம்பா ஸ்ரீபா - பூ - த - நம:

4 ஐம் ஸூத்த3 ஸூக்ஷ்ம நிராகார நிர்விகல்ப பர3ப்ரஹ்ம்ம ரூபிணி க்லீம் பரமானந்த3 சக்தி: ஸௌ:
சாம்ப4வானந்த3 நாதா2னுத்தர கௌளினிமூல வித்4யாம்பா3 ஸ்ரீபா - பூ - த - நம:

4 ஹம்ஸஸ்ஸோஹம் ஸ்வச்சானந்த3 பரமஹம்ஸ பரமாத்மனே ஸ்வாஹா:
கு3ருத்தம விமர்ஸிநி மூலவித்4யாம்பா3 ஸ்ரீபா - பூ - த - நம:

4 அனாமாக்ய வ்யோமாதீதானந்த3நாத2 பராபர வ்யோமாதீத வ்யோமேஸ்வர்யம்பா3யை நம:
அனாமாக்ய மூலவித்4யாம்பா3 ஸ்ரீபா - பூ - த - நம:

4 ஐம் ஈம் ஊம்
ஸங்கேதஸார மூல வித்4யாம்பா3 ஸ்ரீபா - பூ - த - நம:

4 ஹ்ரீம் - ப3க3வதி விச்2வா3 தினிக்லீம் மஹா ஹ்ருதய மாதங்கினி ஐம் க்லின்னே 3ப்லூம் ஸ்த்ரீம்
அநுத்தரவா3க்வா3தினி மூல வித3யாம்பா ஸ்ரீபா-பூ - த - நம:

4 ஐம் க(15) பஞ்சதாக்ஷரிமூல ப்ரஹ்ம்ம வித்4யாம்பா ஸ்ரீபா - பூ - த - நம:

4 ஸ்ரீம் ஹ்ரீம் க்லீம் ஐம் ஸௌ: ஓம் ஹ்ரீம் ஸ்ரீம் க(5) ஹ (6) ஸ (4) ஸௌ:
மும் க்லீம் ஹ்ரீம் ஸ்ரீம் மஹா ஷோட 3சாக்ஷர்யம்3 ஸ்ரீபா - பூ - த - நம:

4 ஹஸகல ஹஸகஹல ஸகல ஹ்ரீம் ஸாடாந்தமவய பைந்த3வசக்ரே பர ப்4ரஹ்மம் ஸ்வரூபிணி, பராம்ருத சக்தி: ஸர்வ மந்த்ரேஸ்வரி ஸர்வ யந்த்ரேஸ்வரி, ஸர்வ

தந்த்ரேஸ்வரி, ஸர்வ வீரேஸ்வரி, ஸர்வ யோகீஸ்வரி, ஸகல ஜ[3]கத் அ[4]திஷ்டான தே[3]வதா[3]யை ஸ்ரீமஹா பூர்த்தி வித்[3]யாயை நம:

ஸ்ரீமஹாபூர்த்தி வித்[4]யாம்பா[3] ஸ்ரீபாதுகாம் பூஜயாமி நம:

4 ஐம் க்லீம் ஸௌ: ஸ்ரீம் ஹ்ரீம் க்லீம் க(5) ஹ (6) ஸ(4) ஹஸகல ஹஸகஹல ஸகல ஹ்ரீம் க்ம் ஹ்ரீம் ஸ்ரீம் ஸௌ: க்லீம் ஸ்ரீம் ஹ்ரீம் ஐம் விமர்ஸ சரணாப்யாம் நம: விமர்ஸ சரண ஸ்ரீபா - பூ - த - நம:

4 பகவதி விச்சே[2] மஹாமாயே மாதங்கினிப்[3]லூம் அனுத்தர வாக்வாதி[3]னி ஹ்ஸ்க்ப்ரேம் ஹஸக் ப்ரேம் ஹ்ஸௌம் அனுத்தரசாங்கர்யம்பா[3] ஸ்ரீபா - பூ - த - நம:

4 மஹோஷோடசிமூலம் - பரிபூர்ணானந்த[3] நாதா[2]தி[3] நவநாத ஸஹிதாயை சதுர்தஸமூல வித்யாத்யனுத்தர சாங்கர்யந்தானந்த தே[3]வதா பரிஸேவிதாயை அனுத்தராம்னாய ஸமஷ்டி ரூபிண்யை ஸ்ரீமஹா த்ரிபுரசுந்தர்யை நம:!!

ஸ்ரீமஹாதிரிசுந்தரி பராபட்டாரிகா ஸ்ரீபா - பூ - த - நம:

✪✪✪

ஷடாம்னாய குருமண்டலம்

4 ஓம் ஐம் ஹ்ரீம் ஸ்ரீம் க்லீம் ஸௌ: ஹம்ஸ: சிவ: ஸோஹம் ஹ்ஸ்க்ப்ரேம் ஹஸக்ஷமலவரயூம் ஹஸ்ஸௌ: ஸஹக்ஷமலவரயீம் ஸ்ஹௌ: ஹம்ஸ: சிவ: ஸோஹம் ஸ்வரூப நிரூபண ஹேதவே ஸ்ரீ [3]குரவே நம:
ஸ்ரீஅமுகானந்[3]தநா[2]த ஸ்ரீபா - பூ - த - நம:

4 ஸௌ: க்லீம் ஐம் ஸோஹம் ஹம்ஸ: சிவ: ஹ்ஸ்க்ப்ரேம் ஹஸக்ஷமலவரயூம், ஹ்ஸௌ: ஸஹக்ஷமலவரயீம் ஸ்ஹௌ: ஸோஹம் ஹம்ஸ: சிவ: ஸ்வச்ச ப்ரகாஸ விமர்ஸ ஹேதவே ஸ்ரீபரம [3]குரவே நம:!!
ஸ்ரீ அமுகானந்[3]தநா[3]த ஸ்ரீபா - பூ - த - நம:

4 ஐம் க்லீம் ஸௌ: க்லீம் ஐம் ஹம்ஸ: சிவ: ஸோஹம் ஸோஹம் ஹம்ஸ்: சிவ: ஹம்ஸ்: சிவ: ஸோஹம் ஹம்ஸ: ஹ்ஸ்க் ப்ரேம் ஹஸ க்ஷமலவரயூம், ஹ்ஸௌ: ஸஹக்ஷமலவரயீம் ஸ்ஹௌ: ஹம்ஸ சிவ: ஸோஹம் ஹம்ஸ: ஸ்வாத்மாராம பஞ்ஜர விலீண தேஜஸே ஸ்ரீபரமேஷ்டி [2]குரவே நம:!!
ஸ்ரீ அமுகானந்[3]தநா[2]த ஸ்ரீபா - பூ - த - நம:

✪✪✪

11

ஸ்ரீ மஹாராக்ஞி
ஸ்ரீ ராஜராஜேஸ்வரி
ஸஹஸ்ர நாமாவளி

ஓம் ஸ்ரீ மஹாராக்ஞி ஸ்ரீமத்ஸிம்ஹாசனேஸ்வர்யை
ஸ்ரீ ராஜராஜேஸ்வர்யை நம:

ஓம் பாஸ்வத்யை நம:
ஓம் பத்ரிகாயை நம:
ஓம் பீமாயை நம:
ஓம் பர்கரூபாயை நம:
ஓம் மனஸ்வின்யை நம:
ஓம் மானனீயாயை நம:
ஓம் மனீசாயை நம:
ஓம் மனோஜாயை நம:
ஓம் மனோஜவாயை நம:
ஓம் மானதாயை நம: 10

ஓம் மஹாவித்யாயை நம:
ஓம் மந்த்ரவித்யாயை நம:
ஓம் ஷட்க்ஷர்யை நம:
ஓம் ஷட்கூடாயை நம:
ஓம் த்ரிகூடாயை நம:
ஓம் த்ரையை நம:

ஓம் வேதத்ரையை நம:
ஓம் சிவாயை நம:
ஓம் சிவாகாராயை நம:
ஓம் விரூபாக்ஷ்யை நம: 20

ஓம் மஹாலக்ஷ்ம்யை நம:
ஓம் மஹோரஸ்காயை நம:
ஓம் மஹோ தயாயை நம:
ஓம் மாதங்க்யை நம:
ஓம் மோதகா ஹாராயை நம:
ஓம் மதிராருண லோசனாயை நம:
ஓம் சாத்வ்யை நம:
ஓம் சீலவத்யை நம: 30

ஓம் சாலாயை நம:
ஓம் சுதாகலசதாரிண்யை நம:
ஓம் கட்கின்யை நம:
ஓம் பத்மின்யை நம:
ஓம் பத்மாயை நம:
ஓம் பத்மகிஞ்சல்கரஞ்சிதாயை நம:
ஓம் ஹ்ருத் பத்ம வாஸிந்யை நம:
ஓம் ஹ்ருத்யாயை நம:
ஓம் பான பாத்ரதராயை நம:
ஓம் பராயை நம: 40

ஓம் தராதரேந்த்ரதனயாயை நம:
ஓம் தக்ஷிணாயை நம:
ஓம் தஷனாயை நம:
ஓம் தயாயை நம:
ஓம் தயாவத்யை நம:
ஓம் மஹாமேதாயை நம:
ஓம் மோகின்யை நம:
ஓம் போதின்யை நம:
ஓம் கதாதரார்சிதாயை நம:
ஓம் கோதாயை நம: 50

ஓம் கங்காயை	நம:	
ஓம் கோதாவர்யை	நம:	
ஓம் கயாயை	நம:	
ஓம் மஹாப்ரபாவசஹிதாயை	நம:	
ஓம் மஹோரகவி பூஷணாயை	நம:	
ஓம் மஹாமுனிக்ருதாதித்யாயை	நம:	
ஓம் மாத்வை	நம:	
ஓம் மானவத்யை	நம:	
ஓம் மத்யாயை	நம:	
ஓம் பாலாயை	நம:	60
ஓம் சரஸ்வத்யை	நம:	
ஓம் லக்ஷ்ம்யை	நம:	
ஓம் துர்காயை	நம:	
ஓம் துர்கதிநாசின்யை	நம:	
ஓம் சார்யை	நம:	
ஓம் சரீரமத்யஸ்தாயை	நம:	
ஓம் வைகர்யை	நம:	
ஓம் கேரேஸ்வர்யை	நம:	
ஓம் சிவதாயை	நம:	
ஓம் சிவவக்ஷஸ்தாயை	நம:	70
ஓம் காளிகாயை	நம:	
ஓம் த்ரிபுரேஸ்வர்யை	நம:	
ஓம் புராரிகுஷிமத்யஸ்தாயை	நம:	
ஓம் புராரிஹ்ருதயேஸ்வர்யை	நம:	
ஓம் சண்ட்யை	நம:	
ஓம் சாமுண்டாயை	நம:	
ஓம் முண்டாதரிண்யை	நம:	
ஓம் முண்ட மாலாஞ்சிதாயை	நம:	
ஓம் முத்ராயை	நம:	80

ஓம்	ஷோபணாயை	நம:	
ஓம்	ஆகர்ஷணக்ஷமாயை	நம:	
ஓம்	பாஹ்யாயை	நம:	
ஓம்	நாராயண்யை	நம:	
ஓம்	தேவ்யை	நம:	
ஓம்	கௌமார்யை	நம:	
ஓம்	அபராஜிதாயை	நம:	
ஓம்	ருத்ராண்யை	நம:	
ஓம்	சச்யை	நம:	
ஓம்	இந்திராண்யை	நம:	90
ஓம்	வாராஹ்யை	நம:	
ஓம்	வீரசுந்தர்யை	நம:	
ஓம்	நாராசிம்ஹ்யை	நம:	
ஓம்	பைரவாகாரபீஷணயை	நம:	
ஓம்	நாகாலங்காரஷோபாட்யாயை	நம:	
ஓம்	நாகயஞ்யோபவீதின்யை	நம:	
ஓம்	நாககங்கணகேயூராயை	நம:	
ஓம்	நாகஹாராயை	நம:	
ஓம்	சுரேஷ்வர்யை	நம:	100
ஓம்	சுராரிகாதின்யை	நம:	
ஓம்	பூதாயை	நம:	
ஓம்	பூதனாயை	நம:	
ஓம்	டாகின்யை	நம:	
ஓம்	க்ரியாயை	நம:	
ஓம்	கூர்ம்யை	நம:	
ஓம்	க்ரியாவத்யை	நம:	
ஓம்	க்ருத்யாயை	நம:	
ஓம்	டாகின்யை	நம:	
ஓம்	சாகின்யை	நம:	110
ஓம்	லயாயை	நம:	
ஓம்	லீலாவத்யை	நம:	

ஓம்	ரசாகீர்ணாயை	நம:	
ஓம்	நாககன்யாயை	நம:	
ஓம்	மனோஹாராயை	நம:	
ஓம்	ஹாரகங்கணஷோபாட்யாயை	நம:	
ஓம்	சதானந்தாயை	நம:	
ஓம்	சுங்கர்யை	நம:	
ஓம்	மஹாசின்யை	நம:	
ஓம்	மதுமத்யை	நம:	120
ஓம்	சரஸ்யை	நம:	
ஓம்	ஸ்மரமோஹின்யை	நம:	
ஓம்	மஹோக்ரவபுஷ்யை	நம:	
ஓம்	வாதார்யை	நம:	
ஓம்	வாமாசாரப்ரியாயை	நம:	
ஓம்	சிராயை	நம:	
ஓம்	சுதாமய்யை	நம:	
ஓம்	பேணுகராயை	நம:	
ஓம்	வைரிக்ஞை	நம:	
ஓம்	வீரசுந்தர்யை	நம:	130
ஓம்	வாரிமத்யஸ்திதாயை	நம:	
ஓம்	வாமாயை	நம:	
ஓம்	வாமநேத்ராயை	நம:	
ஓம்	வாமாயை	நம:	
ஓம்	வாமநேத்ராயை	நம:	
ஓம்	சசிப்பரபாயை	நம:	
ஓம்	சாங்கர்யை	நம:	
ஓம்	சர்மதாயை	நம:	
ஓம்	சீதாயை	நம:	
ஓம்	ரவீந்துசிகிலோசனாயை	நம:	
ஓம்	மதிராயை	நம:	
ஓம்	வாருண்யை	நம:	140

ஓம்	வீணாநீதிக்ஞாயை	நம:	
ஓம்	மதிராவத்யை	நம:	
ஓம்	வடஸ்தாயின்யை	நம:	
ஓம்	வாருணீசக்த்யை	நம:	
ஓம்	வடஜாயை	நம:	
ஓம்	வடவாசின்யை	நம:	
ஓம்	வடுக்யை	நம:	
ஓம்	வீரசுவே	நம:	
ஓம்	வந்த்யாயை	நம:	
ஓம்	ஸ்தம்பின்யை	நம:	150
ஓம்	மோஹின்யை	நம:	
ஓம்	சம்வை	நம:	
ஓம்	முத்கராங்குஷ ஹஸ்தாயை	நம:	
ஓம்	வராபயகராயை	நம:	
ஓம்	குட்யை	நம:	
ஓம்	பாடீரத்ருமவள்யை	நம:	
ஓம்	வடுகாயை	நம:	
ஓம்	வடுகேஸ்வர்யை	நம:	
ஓம்	இஷ்டதாயை	நம:	
ஓம்	க்ருஷிபுவே	நம:	160
ஓம்	கீர்யை	நம:	
ஓம்	ரேவத்யை	நம:	
ஓம்	ரமணிப்ரியாயை	நம:	
ஓம்	ரோஹிண்யை	நம:	
ஓம்	ஜராவத்யை	நம:	
ஓம்	ரம்யாயை	நம:	
ஓம்	ரமண்யை	நம:	
ஓம்	ரோமஹர்ஷணாயை	நம:	
ஓம்	ரசோல்லாஸாயை	நம:	
ஓம்	ரசாசாராயை	நம:	170

ஓம்	சாரிண்யை	நம:	
ஓம்	தரிண்யை	நம:	
ஓம்	தடிதே	நம:	
ஓம்	தர்யை	நம:	
ஓம்	தரித்ரஹஸ்தாயை	நம:	
ஓம்	தோதுலாயை	நம:	
ஓம்	தரணிப்ரபாயை	நம:	
ஓம்	ரத்னாகரப்ரியாயை	நம:	
ஓம்	ரம்பாயை	நம:	
ஓம்	ரத்னாலங்காரஷோபிதாயை	நம:	180
ஓம்	ருக்மாங்கதாயை	நம:	
ஓம்	கதாஹஸ்தாயை	நம:	
ஓம்	கதாதரவரப்தாயை	நம:	
ஓம்	ஷட்சாயை	நம:	
ஓம்	த்விரசாயை	நம:	
ஓம்	மாலாயை	நம:	
ஓம்	மாலாபரபூஷிதாயை	நம:	
ஓம்	மாலத்யை	நம:	
ஓம்	மல்லிகாமோதாயை	நம:	190
ஓம்	வல்லப்யை	நம:	
ஓம்	மதுராயை	நம:	
ஓம்	மாயாயை	நம:	
ஓம்	காச்யை	நம:	
ஓம்	காஞ்ச்யை	நம:	
ஓம்	வலந்திகாயை	நம:	
ஓம்	ஹஸந்திகாயை	நம:	
ஓம்	ஹஸந்த்யை	நம:	
ஓம்	ப்ரமந்த்யை	நம:	
ஓம்	வஸந்திகாயை	நம:	200
ஓம்	க்ஷேமாயை	நம:	
ஓம்	க்ஷேமங்கர்யை	நம:	

ஓம் க்ஷமாயை நம:
ஓம் க்ஷௌம வஸ்த்ராயை நம:
ஓம் க்ஷணைஸ்வர்யாயை நம:
ஓம் க்ஷணதாயை நம:
ஓம் க்ஷேமதாயை நம:
ஓம் சீராயை நம:
ஓம் சீரபாணிசமர்சிதாயை நம:
ஓம் க்ரீதாயை நம: 210

ஓம் க்ரீதாதபாயை நம:
ஓம் க்ரூராயை நம:
ஓம் கமனீயாயை நம:
ஓம் குலேஸ்வர்யை நம:
ஓம் கூர்சபீஜாயை நம:
ஓம் குடாராட்யாயை நம:
ஓம் கூர்மிண்யை நம:
ஓம் கூர்மசுந்தர்யை நம:
ஓம் காருண்யாயை நம:
ஓம் காஷ்மீர்யை நம: 220

ஓம் தூத்யை நம:
ஓம் த்வாரவத்யை நம:
ஓம் த்ருவாயை நம:
ஓம் த்ருவஸ்துதாயை நம:
ஓம் த்ருவகத்யை நம:
ஓம் பீடேஸ்யை நம:
ஓம் பகளாமுக்யை நம:
ஓம் சுமுக்யை நம:
ஓம் ஷோபனாயை நம:
ஓம் நீத்யை நம: 230

ஓம் ரத்னஜ்வலாமுக்யை நம:
ஓம் நத்யை நம:
ஓம் அலகாயை நம:

ஓம் உஜ்ஜயின்யை நம:
ஓம் போக்யாயை நம:
ஓம் பங்க்யை நம:
ஓம் பகவத்யை நம:
ஓம் பலாயை நம:
ஓம் தர்மராஜபுர்யை நம:
ஓம் பூதாயை நம: 240

ஓம் பூர்ணமாலாயை நம:
ஓம் அமராவத்யை நம:
ஓம் அயோத்தாயை நம:
ஓம் போதனீயாயை நம:
ஓம் யுகமாத்ரே நம:
ஓம் யஷிண்யை நம:
ஓம் யஞ்ஞேஷ்வர்யை நம:
ஓம் யோககம்யாயை நம:
ஓம் யோகித்யேயாயை நம:
ஓம் யஷஸ்வின்யை நம: 250

ஓம் யாஷோவத்யை நம:
ஓம் சார்வங்காயை நம:
ஓம் சாருஹாஸாயை நம:
ஓம் சலாலகாயை நம:
ஓம் ஹரீஷ்வர்யை நம:
ஓம் ஹரேர்மாயையை நம:
ஓம் பாமின்யை நம:
ஓம் வாயுவேகின்யை நம:
ஓம் அம்பாளிகாயை நம:
ஓம் அம்பாயை நம: 260

ஓம் பர்கேஷ்வர்யை நம:
ஓம் ப்ருகுகூடாயை நம:
ஓம் மஹாமத்யை நம:
ஓம் கோஷேஸ்வர்யை நம:
ஓம் கமலாயை நம:

ஓம் கீர்திதாயை நம:
ஓம் கீர்திவர்தன்யை நம:
ஓம் கடோரவாசே நம:
ஓம் குஹூமூர்த்யை நம:
ஓம் சந்த்ரபிம்சமானனாயை நம: 270

ஓம் சந்தன குங்குமலிப்தாங்க்யை நம:
ஓம் கனகாசலவாஸின்யை நம:
ஓம் மளயாசலஸானுஸ்தாயை நம:
ஓம் ஹிமாத்ரிதனயாதன்வை நம:
ஓம் ஹிமாத்ரிகுக்ஷிதேஷஸ்தாயை நம:
ஓம் குப்ஜிகாயை நம:
ஓம் கோசலேஷ்வர்யை நம:
ஓம் காரைகநிகலாயை நம:
ஓம் கூடாயை நம:
ஓம் கூடகுல்பாயை நம: 280

ஓம் அதிவேகின்யை நம:
ஓம் தனுஜாயை நம:
ஓம் தனுரூபாயை நம:
ஓம் பாணசாபதராயை நம:
ஓம் நுத்யை நம:
ஓம் துரீணாயை நம:
ஓம் தூம்ரவாராஹ்யை நம:
ஓம் தூம்ரகேசாயை நம:
ஓம் அருணானனாயை நம:
ஓம் அருணேஸ்யை நம: 290

ஓம் த்யுத்யை நம:
ஓம் க்யாத்யை நம:
ஓம் கரிஷ்டாயை நம:
ஓம் கரீயஸயை நம:
ஓம் மஹானஸ்யை நம:
ஓம் மஹாகாராயை நம:

ஓம் சுராசுரபயங்கர்யை நம:
ஓம் அணுரூபாயை நம:
ஓம் ப்ருஹத்ரூபாயை நம:
ஓம் அனிருத்தாயை நம: 300

ஓம் சரஸ்வத்யை நம:
ஓம் ஸ்யாமாயை நம:
ஓம் ஸ்யாமமுக்யை நம:
ஓம் சாந்தாயை நம:
ஓம் ச்ராந்த சந்தாபஹாரிண்யை நம:
ஓம் கவே நம:
ஓம் கண்யாயை நம:
ஓம் கோமத்யை நம:
ஓம் குஹ்யாயை நம:
ஓம் கோமய்யை நம: 310

ஓம் குருவாசே நம:
ஓம் ரசாயை நம:
ஓம் கீதசந்தோஷசம்சக்தாயை நம:
ஓம் க்ருஹிண்யை நம:
ஓம் க்ராஹிண்யை நம:
ஓம் க்ருஹாயை நம:
ஓம் கணப்ரியாயை நம:
ஓம் கணகத்யை நம:
ஓம் காந்தார்யை நம:
ஓம் கந்தமோஹின்யை நம: 320

ஓம் சந்தமாதனாசானுஸ்தாயை நம:
ஓம் சஹ்யாசலக்ருதாலயாயை நம:
ஓம் கஜானனப்ரியாயை நம:
ஓம் கம்யாயை நம:
ஓம் க்ராஹிகாயை நம:
ஓம் க்ராஹவாஹனாயை நம:
ஓம் க்ருஹப்ரசுவே நம:

ஓம் குஹாவாசாயை	நம:	
ஓம் க்ருஹமாலா விபூஷணாயை	நம:	
ஓம் கௌபேர்யை	நம:	330
ஓம் குஹகாயை	நம:	
ஓம் ப்ராந்த்யை	நம:	
ஓம் தர்க வித்யா ப்ரியங்கர்யை	நம:	
ஓம் பீதாம்பராயை	நம:	
ஓம் படாகாராயை	நம:	
ஓம் பதாகாயை	நம:	
ஓம் ஸ்ருஷ்டிஜாயை	நம:	
ஓம் சுதாயை	நம:	
ஓம் தாக்ஷாயண்யை	நம:	
ஓம் தக்ஷசுதாயை	நம:	340
ஓம் தக்ஷயஞவிநாசின்யை	நம:	
ஓம் தாராசக்ரஸ்திதாயை	நம:	
ஓம் தாராயை	நம:	
ஓம் துரீயதுர்யாயை	நம:	
ஓம் த்ருடர்யை	நம:	
ஓம் துலாயை	நம:	
ஓம் ஸந்த்யாத்ரய்யை	நம:	
ஓம் ஸந்திஜராயை	நம:	
ஓம் ஸந்த்யாயை	நம:	
ஓம் தாருண்யலாலிதாயை	நம:	350
ஓம் லலிதாயை	நம:	
ஓம் லோஹிதாயை	நம:	
ஓம் லப்யாயை	நம:	
ஓம் சம்பாயை	நம:	
ஓம் கம்பாகலாயை	நம:	
ஓம் ச்ருண்யை	நம:	
ஓம் ஸம்ருத்யை	நம:	
ஓம் சத்யவத்யை	நம:	

ஓம் ஸ்வஸ்தாயை நம:
ஓம் அரசமானாயை நம: 360

ஓம் மானவர்தின்யை நம:
ஓம் மஹோமய்யை நம:
ஓம் மனஸ்துஷ்ட்யை நம:
ஓம் காமதேனவே நம:
ஓம் ஸனாதன்யை நம:
ஓம் ஸுக்ஷ்மரூபாயை நம:
ஓம் ஸுக்ஷ்மமுகாயை நம:
ஓம் ஸ்தூலரூபாயை நம:
ஓம் கலாவத்யை நம:
ஓம் ஷோடசேஸ்வரீ நம:
ஓம் தலாதலாஸ்வயாயை நம: 370

ஓம் ஸிந்தவே நம:
ஓம் த்ரயம்பிகாயை நம:
ஓம் லம்பிகாயை நம:
ஓம் ஜயாயை நம:
ஓம் சௌதாமின்யை நம:
ஓம் சுதாதேவ்யை நம:
ஓம் சனகாதிசமர்சிதாயை நம:
ஓம் மந்தாகின்யை நம:
ஓம் யமுனாயை நம:
ஓம் விபாசாயை நம: 380

ஓம் நர்மதாநத்யை நம:
ஓம் கண்டக்யை நம:
ஓம் ஜராவத்யை நம:
ஓம் சிப்ராயை நம:
ஓம் விதஸ்தாயை நம:
ஓம் ஸரஸ்வத்யை நம:
ஓம் ரேவாயை நம:
ஓம் இக்ஷுமத்யை நம:

ஓம் வேகவத்யை நம:
ஓம் சாகரவாஸின்யை நம: 390

ஓம் தேவக்யை நம:
ஓம் தேவமாத்ரே நம:
ஓம் தேவேஸ்யை நம:
ஓம் தேவ சுந்தர்யை நம:
ஓம் தைத்யேஸ்யை நம:
ஓம் தமன்யை நம:
ஓம் தாத்ரை நம:
ஓம் தித்யை நம:
ஓம் திதிஜகந்தர்யை நம:
ஓம் வித்யா தர்யை நம: 400

ஓம் வித்யாதர்யை நம:
ஓம் வித்யேஸ்வர்யை நம:
ஓம் வித்யாதரஜசுந்தர்யை நம:
ஓம் மேனகாயை நம:
ஓம் சித்ரலேகாயை நம:
ஓம் சித்ரிண்யை நம:
ஓம் திலோத்தமாயை நம:
ஓம் ஊர்வஸ்யை நம:
ஓம் மோஹிண்யை நம:
ஓம் ரம்பாயை நம: 410

ஓம் அபஸ்ரோகணசுந்தர்யை நம:
ஓம் யக்ஷிண்யை நம:
ஓம் யக்ஷலோகேஸ்வர்யை நம:
ஓம் யக்ஷநாயகசுந்தர்யை நம:
ஓம் கந்தவர்யர்சிதாயை நம:
ஓம் கந்தாயை நம:
ஓம் சுகந்தாயை நம:
ஓம் கீதத்பராயை நம:

ஓம் கந்தர்வதனயாயை நம:
ஓம் நம்ராயை நம: 420

ஓம் கீத்யை நம:
ஓம் கந்தர்வசுந்தர்யை நம:
ஓம் மந்தோதர்யை நம:
ஓம் கரளாக்ஷ்யை நம:
ஓம் மேகநாதவரப்ரதாயை நம:
ஓம் மோகவாஹன ஸம்பூஜ்யாயை நம:
ஓம் மேகமூர்த்யை நம:
ஓம் ராக்ஷஸ்யை நம:
ஓம் ரஷோஹந்த்ர்யை நம:
ஓம் கேகஸ்யை நம: 430

ஓம் ரக்ஷோநாயகசுந்தர்யை நம:
ஓம் கின்னர்யை நம:
ஓம் கம்புகண்ட்யை நம:
ஓம் கலகண்டஸ்வனாயை நம:
ஓம் அம்ருதாயை நம:
ஓம் கிம்முக்யை நம:
ஓம் ஹயவக்த்ராயை நம:
ஓம் கேலாயை நம:
ஓம் கின்னரசுந்தர்யை நம:
ஓம் விபாஷ்யை நம: 440

ஓம் ராஜமாதங்க்யை நம:
ஓம் உச்சிஷ்ட பதஸம்ஸ்திதாயை நம:
ஓம் மஹாபிஷாசின்யை நம:
ஓம் சாந்தர்யை நம:
ஓம் பிஷாசகுலசுந்தர்யை நம:
ஓம் க்ரஹேஸ்வர்யை நம:
ஓம் குஹ்யரூபாயை நம:
ஓம் குர்வ்யை நம:
ஓம் குஹ்யகசுந்தர்யை நம:
ஓம் சித்திப்ரதாயை நம: 450

ஓம் சித்தவத்யை நம:
ஓம் வித்தேஸ்யை நம:
ஓம் சித்தகந்தர்யை நம:
ஓம் பூதேஸ்வர்யை நம:
ஓம் பூதாலயாயை நம:
ஓம் பூததாத்ர்யை நம:
ஓம் பயாபஹாயை நம:
ஓம் பூதபீதிஹராயை நம:
ஓம் பவ்யாயை நம:
ஓம் பூதஜாயை நம: 460

ஓம் பூதசுந்தர்யை நம:
ஓம் ப்ருத்வ்யை நம:
ஓம் பார்திவலோகேஸ்யை நம:
ஓம் பார்திவலோகேஸ்யை நம:
ஓம் ப்ரதாயை நம:
ஓம் விஷ்ணுஸமர்சிதாயை நம:
ஓம் வசுந்தராயை நம:
ஓம் வசுனதாயை நம:
ஓம் பார்திவ்யை நம:
ஓம் பூமிசுந்தர்யை நம: 470

ஓம் அம்போதிதனயாயை நம:
ஓம் அளுப்தாயை நம:
ஓம் ஜலஜாக்ஷயை நம:
ஓம் ஜகேஸ்வர்யை நம:
ஓம் அம்மூர்த்யை நம:
ஓம் அம்மய்யை நம:
ஓம் மார்யை நம:
ஓம் ஜலஸ்தாயை நம:
ஓம் ஜலசுந்தர்யை நம:
ஓம் தேஜஸ்வின்யை நம: 480

ஓம்	மஹோதாத்ர்யை	நம:	
ஓம்	தைஜஸ்யை	நம:	
ஓம்	சூர்யபிம்காயை	நம:	
ஓம்	சூர்யகாந்த்யை	நம:	
ஓம்	சூர்யதேஜஸே	நம:	
ஓம்	தேஜோரூபைகசுந்தர்யை	நம:	
ஓம்	வாயுவாஹாயை	நம:	
ஓம்	வாயுமுக்யை	நம:	
ஓம்	வாயுலோகைகசுந்தர்யை	நம:	
ஓம்	சுகனஸ்தாயை	நம:	490
ஓம்	கேசரேஸ்வர்யை	நம:	
ஓம்	சூரரூபாயை	நம:	
ஓம்	நிராக்ருதயை	நம:	
ஓம்	நிராபாசாயை	நம:	
ஓம்	பாசமானாயை	நம:	
ஓம்	த்யுத்யை	நம:	
ஓம்	ஆகாஷசுந்தர்யை	நம:	
ஓம்	க்ஷிதி மூர்த்திதராயை	நம:	
ஓம்	அனந்தாயை	நம:	
ஓம்	க்ஷிதிருப்ருல்லோகசுந்தர்யை	நம:	500
ஓம்	அப்தியானாயை	நம:	
ஓம்	ரத்னஷோபாயை	நம:	
ஓம்	வருனேஸ்யை	நம:	
ஓம்	வராயுதாயை	நம:	
ஓம்	பாஸஹஸ்தாயை	நம:	
ஓம்	போஷணாயை	நம:	
ஓம்	வருணேஷ்வர சுந்தர்யை	நம:	
ஓம்	அனலைகருசயே	நம:	
ஓம்	ஜ்யோதிஷே	நம:	
ஓம்	பஞ்சாலைகதிஸ்திதாயை	நம:	510

ஓம் ப்ராணாபானஸமானேச்சாயை நம:
ஓம் உதானவ்யானரூபிண்யை நம:
ஓம் பஞ்சவாதகத்யை நம:
ஓம் நாடீரூபிண்யை நம:
ஓம் வாதசுந்தர்யை நம:
ஓம் அக்னிரூபாயை நம:
ஓம் வஹ்னிசிகாயை நம:
ஓம் படவானலஸன்னிபாயை நம:
ஓம் ஹேத்யை நம:
ஓம் ஹவிஷே நம: 520

ஓம் ஹுதஜ்யோதிஷே நம:
ஓம் அக்னிஜாயை நம:
ஓம் வஹ்னி சுந்தர்யை நம:
ஓம் ஸோமேஸ்வர்யை நம:
ஓம் ஸோமகலாயை நம:
ஓம் ஸோமபானபராயணாயை நம:
ஓம் சௌம்யானனாயை நம:
ஓம் சௌம்யரூபாயை நம:
ஓம் சோமஸ்தாயை நம:
ஓம் சோம சுந்தர்யை நம: 530

ஓம் சூர்யமுக்யை நம:
ஓம் சூர்யஜாயை நம:
ஓம் சூர்யசுந்தர்யை நம:
ஓம் யாஞிக்யை நம:
ஓம் யஞ்யபோகேச்சாயை நம:
ஓம் யஜமானவரப்ரதாயை நம:
ஓம் யாஜக்யை நம:
ஓம் யக்ஞவித்யாயை நம:
ஓம் யஜமானைகசுந்தர்யை நம: 540

ஓம் ஆகாஷகாமின்யை நம:
ஓம் வந்த்யாயை நம:

ஓம் சப்தஜாயை நம:
ஓம் ஆகாஷசுந்தர்யை நம:
ஓம் மீனப்ரியாயை நம:
ஓம் மீனநேத்ராயை நம:
ஓம் மீனஸ்தாயை நம:
ஓம் மீனசுந்தர்யை நம:
ஓம் கூர்மப்ருஷ்டகதாயை நம:
ஓம் கூர்ம்யை நம: 550

ஓம் கூர்மஜாயை நம:
ஓம் கூர்ம சுந்தர்யை நம:
ஓம் வாராஹ்யை நம:
ஓம் வீரசுவை நம:
ஓம் வந்த்யாயை நம:
ஓம் வராரோஹாயை நம:
ஓம் ம்ருகேக்ஷணாயை நம:
ஓம் வாராஹமூர்த்யை நம:
ஓம் வாசாலாயை நம:
ஓம் வச்யாயை நம: 560

ஓம் வாராஹசுந்தர்யை நம:
ஓம் நரசிம்மாக்ருத்யை நம:
ஓம் ஜகத்ராஞ்யை நம:
ஓம் தேவ்யை நம:
ஓம் துஷ்டதைத்யநிஷூதின்யை நம:
ஓம் ப்ரத்யும்னவரதாயை நம:
ஓம் நார்யை நம:
ஓம் நரசிம்ஹைகசுந்தர்யை நம:
ஓம் வாமஜாயை நம:
ஓம் வாமனாகாராயை நம: 570

ஓம் நாராயண பராயணாயை நம:
ஓம் பலிதானவதர்பக்ந்யை நம:
ஓம் வாம்யாயை நம:

ஓம் வாமனசுந்தர்யை நம:
ஓம் ராமப்ரியாயை நம:
ஓம் ராமகலாயை நம:
ஓம் ரக்ஷோவம்ஷ பயங்கர்யை நம:
ஓம் ப்ருகுபுத்ர்யை நம:
ஓம் ராஜகன்யாயை நம:
ஓம் ராமாயை நம: 580

ஓம் பரசுதாரிண்யை நம:
ஓம் பார்கவ்யை நம:
ஓம் பார்கவேஷ்டாயை நம:
ஓம் ஜாமதக்ஞுவரப்தாயை நம:
ஓம் சூடாரதாரிண்யை நம:
ஓம் ராத்ர்யை நம:
ஓம் ஜாமதக்னைகசுந்தர்யை நம:
ஓம் சீதாலக்ஷ்மணஸேவ்யாயை நம:
ஓம் ரக்ஷகுலவிநாஸின்யை நம:
ஓம் ராமப்ரியாயை நம: 590

ஓம் ஷத்ருக்னை நம:
ஓம் ஷ்த்ருக்னபரதேஷ்டதாயை நம:
ஓம் லாவண்யாம்ருததாராட்யாயை நம:
ஓம் லோஹிதாஸ்யாயை நம:
ஓம் ப்ரசன்னாஸயாயை நம:
ஓம் ஸ்வாத்மாராமைகசுந்தர்யை நம:
ஓம் க்ருஷ்ணகேஸாயை நம:
ஓம் க்ருஷ்ணமுக்யை நம:
ஓம் யாதவாந்தகர்யை நம: 600

ஓம் லயாயை நம:
ஓம் யாதோகணார்சிதாயை நம:
ஓம் யோஜ்யாயை நம:
ஓம் ராதாயை நம:
ஓம் ஸ்ரீக்ருஷ்ணசுந்தர்யை நம:

ஓம் சித்தப்ரசுவே நம:
ஓம் சித்ததேவ்யை நம:
ஓம் ஜினமார்கபராயணாயை நம:
ஓம் ஜிதக்ரோதாயை நம:
ஓம் ஜிதாலஸ்யாயை நம: 610

ஓம் ஜிதஸேவ்யாயை நம:
ஓம் ஜிதேத்திராயை நம:
ஓம் ஜினவம்ஸதராயை நம:
ஓம் உக்ராயை நம:
ஓம் நீலாந்தாயை நம:
ஓம் புத்தசந்தர்யை நம:
ஓம் காள்யை நம:
ஓம் கோலாஹலப்ரீதாயை நம:
ஓம் ப்ரேதவாஹாயை நம:
ஓம் மஹேஸ்வர்யை நம: 620

ஓம் கல்கிப்ரியாயை நம:
ஓம் கம்புதராயை நம:
ஓம் கலிகாலைகசுந்தர்யை நம:
ஓம் விஷ்ணுமாயாயை நம:
ஓம் ப்ரம்மமாயாயை நம:
ஓம் சம்புமாயாயை நம:
ஓம் சிவப்ரியாயை நம:
ஓம் இந்த்ராவரஜவக்ஷஸ்தாயை நம:
ஓம் ஸ்தானுபந்த்யை நம:
ஓம் பலாலின்யை நம: 630

ஓம் ஜ்ரும்பிண்யை நம:
ஓம் ஜ்ரும்பஹந்த்ர்யை நம:
ஓம் ஜ்ருபமாணாளகாகுலாயை நம:
ஓம் குலாகுலபலேசான்யை நம:
ஓம் பததானபலப்ரதாயை நம:
ஓம் குலவாகீஸ்வர்யை நம:

ஓம்	குலஜாயை	நம:	
ஓம்	குலசுந்தர்யை	நம:	
ஓம்	புரந்தரேட்யாயை	நம:	
ஓம்	தாருண்யாலயாயை	நம:	640
ஓம்	புண்யஜனேஸ்வர்யை	நம:	
ஓம்	புண்யோத்ஸாஹாயை	நம:	
ஓம்	பாபஹந்த்ர்யை	நம:	
ஓம்	பாகஷாஸனசுந்தர்யை	நம:	
ஓம்	சூர்யகோடிப்ரதீகாசாயை	நம:	
ஓம்	சூர்யதேஜோமய்யை	நம:	
ஓம்	மத்யை	நம:	
ஓம்	லேகின்யை	நம:	
ஓம்	ப்ராஜிதாயை	நம:	
ஓம்	ரஜ்ஜுருபிண்யை	நம:	650
ஓம்	சூர்யசுந்தர்யை	நம:	
ஓம்	சந்த்ரிகாயை	நம:	
ஓம்	சுகாதாராயை	நம:	
ஓம்	ஜ்யோத்ஸ்னாயை	நம:	
ஓம்	சீதாம்சுசுந்தர்யை	நம:	
ஓம்	லோலாக்ஷ்யை	நம:	
ஓம்	ஷதாக்ஷ்யை	நம:	
ஓம்	ஸஹஸ்ராக்ஷ்யை	நம:	
ஓம்	லஹஸ்ரபாதை	நம:	
ஓம்	லஹஸ்ரஸீர்ஷாயை	நம:	660
ஓம்	இந்த்ராக்ஷ்யை	நம:	
ஓம்	ஸஹஸ்ரபுஜவல்லியாயை	நம:	
ஓம்	கோடிரத்னாம்சுஷோபாயை	நம:	
ஓம்	சுப்ரவஸ்த்ராயை	நம:	
ஓம்	சுபாவஹாயை	நம:	
ஓம்	சதாநந்தாயை	நம:	
ஓம்	ச்ருதிதராயை	நம:	

ஓம் பிங்களாயை நம:
ஓம் உக்ரநாதின்யை நம:
ஓம் சுஷம்னாயை நம: 670

ஓம் ஹாரகேயூர நூபுராராவசங்குலாயை நம:
ஓம் கோரநாதாயை நம:
ஓம் அகோரமுக்யை நம:
ஓம் உன்முகாயை நம:
ஓம் உள்முகாயுதாயை நம:
ஓம் கோபிதாயை நம:
ஓம் கூர்ஜர்யை நம:
ஓம் கோதாயை நம:
ஓம் காயத்ர்யை நம:
ஓம் வேதவல்லபாயை நம: 680

ஓம் வல்லகீஸ்வனநாதாயை நம:
ஓம் நாதவித்யாயை நம:
ஓம் நதீதட்யை நம:
ஓம் பிந்துரூபாயை நம:
ஓம் சக்ரயோனயே நம:
ஓம் பிந்துநாதஸ்வரூபிண்யை நம:
ஓம் சக்ரேஸ்வர்யை நம:
ஓம் பைரவேஸ்வர்யை நம:
ஓம் மஹாபைரவவல்லபாயை நம:
ஓம் கலாபைரவரபார்யாயை நம: 690

ஓம் கல்பாந்தேரங்கநர்தக்யை நம:
ஓம் ப்ரளயானளதூம்ராபாயை நம:
ஓம் யோனிமத்யக்ருத்தாலயாயை நம:
ஓம் பூசர்யை நம:
ஓம் கேசரீமுத்ராயை நம:
ஓம் நவமுத்ராவிலாஸின்யை நம:
ஓம் வியோகின்யை நம:
ஓம் ஸ்மஸானஸ்தாயை நம:

ஓம்	ஸ்மானார்சன தோழிதாயை	நம:	
ஓம்	பாஸ்வராங்க்யை	நம:	700
ஓம்	பர்கஷிகாயை	நம:	
ஓம்	பர்கவாமாங்கவாஸின்யை	நம:	
ஓம்	பத்ரகாள்யை	நம:	
ஓம்	விஸ்வகாள்யை	நம:	
ஓம்	ஸ்ரீகாள்யை	நம:	
ஓம்	மேககாளிகாயை	நம:	
ஓம்	நீரகாள்யை	நம:	
ஓம்	காளராத்ர்யை	நம:	
ஓம்	காள்யை	நம:	
ஓம்	காமேஸகாளிகாவை	நம:	710
ஓம்	இந்த்ரகாள்யை	நம:	
ஓம்	பூர்வகாள்யை	நம:	
ஓம்	பக்ஷ்ச்சிமாம்னாயகாளிகாயை	நம:	
ஓம்	ஸ்மஸானகாளிகாயை	நம:	
ஓம்	சுப்ரகாளிகாயை	நம:	
ஓம்	ஸ்ரீக்ருஷ்ணகாளிகாயை	நம:	
ஓம்	க்ரீங்காரோக்தரகாளிகாயை	நம:	
ஓம்	ஸ்ரீம் ஹூம் ஹ்ரீம் தக்ஷிணகாளிகாயை	நம:	
ஓம்	சுந்தர்யை	நம:	
ஓம்	த்ரிபுரேஸான்யை	நம:	720
ஓம்	த்ரிகூடாயை	நம:	
ஓம்	த்ரிபுரார்சிதாயை	நம:	
ஓம்	த்ரிநேத்ராயை	நம:	
ஓம்	த்ரிபுராத்யக்ஷாயை	நம:	
ஓம்	பஹுகூடாயை	நம:	
ஓம்	கூடபைரவ்யை	நம:	
ஓம்	த்ரிலோகஜனன்யை	நம:	
ஓம்	நேத்ர்யை	நம:	

ஓம்	மஹாத்ரிபுரசுந்தர்யை	நம:	
ஓம்	காமேஸ்வர்யை	நம:	730
ஓம்	காமகலாயை	நம:	
ஓம்	காலகாமேஸசுந்தர்யை	நம:	
ஓம்	த்ரயக்ஷர்யை	நம:	
ஓம்	த்ரயக்ஷரீதேவ்யை	நம:	
ஓம்	பாவனாயை	நம:	
ஓம்	புவனேஸ்வர்யை	நம:	
ஓம்	ஏகாக்ஷர்யை	நம:	
ஓம்	சதுஹ்கூடாயை	நம:	
ஓம்	த்ருகூடேஸ்வர்யை	நம:	
ஓம்	லயேஷ்வர்யை	நம:	740
ஓம்	சதுர்வர்ணாயை	நம:	
ஓம்	வர்ணேஸ்வர்யை	நம:	
ஓம்	வர்ணாட்யாயை	நம:	
ஓம்	வர்ணசுந்தர்யை	நம:	
ஓம்	பஞ்சாக்ஷர்யை	நம:	
ஓம்	ஷட்வக்த்ராயை	நம:	
ஓம்	ஷட்கூடாயை	நம:	
ஓம்	ஷட்கூர்யை	நம:	
ஓம்	ஸப்தாக்ஷர்யை	நம:	
ஓம்	நவார்னேஸ்வர்யை	நம:	750
ஓம்	பரமாஷ்டாக்ஷரேஸ்வர்யை	நம:	
ஓம்	நவம்யை	நம:	
ஓம்	பஞ்சம்யை	நம:	
ஓம்	ஷஷ்ட்யை	நம:	
ஓம்	நாஸேஸ்வர்யை	நம:	
ஓம்	நவநாயிகாயை	நம:	
ஓம்	தசாக்ஷர்யை	நம:	
ஓம்	தஷாஸ்யேஷ்யை	நம:	

ஓம் தேவிகாயை நம:
ஓம் ஏகாதசாக்ஷர்யை நம: 760

ஓம் த்வாதஷாதித்யஸங்காஷாயை நம:
ஓம் த்வாதஸ்யை நம:
ஓம் த்ரயோதஸ்யை நம:
ஓம் வேதகர்பாயை நம:
ஓம் பாஹ்யாயை நம:
ஓம் த்ரயோதஸாக்ஷர்யை நம:
ஓம் சதுர்தசாக்ஷரீவித்யாயை நம:
ஓம் ஸ்ரீ மத்பஞ்சதசாக்ஷர்யை நம:
ஓம் ஸ்ரீ ஷோடசஸ்யை நம: 770

ஓம் சர்வவித்யேஸ்வர்யை நம:
ஓம் மஹா ஸ்ரீஷோடஷாக்ஷர்யை நம:
ஓம் மஹா ஸ்ரீஷோடசீரூபாயை நம:
ஓம் சிந்தாமணி முனிப்ரியாயை நம:
ஓம் த்வாவிம்சத்யக்ஷர்யை நம:
ஓம் ஸ்யாமாயை நம:
ஓம் மஹாகாலகுடும்பின்யை நம:
ஓம் வஜ்ரதாராயை நம:
ஓம் காலதாராயை நம:
ஓம் நாரீதாராயை நம: 780

ஓம் உக்ரதாரிண்யை நம:
ஓம் காமதாராயை நம:
ஓம் ஸ்பர்ஷதாராயை நம:
ஓம் ஸப்ததாராயை நம:
ஓம் ராஸாஸ்ரயாயை நம:
ஓம் ரூபாதாராயை நம:
ஓம் கந்ததாராயை நம:
ஓம் மஹாநீலஸரஸ்வத்யை நம:
ஓம் காலஜ்வாலாயை நம:
ஓம் வஹ்னிஜ்வாலாயை நம: 790

ஓம் ப்ரம்மஜ்வாலாயை நம:
ஓம் ஜடாகுலாயை நம:
ஓம் விஷ்ணுஜ்வாலாயை நம:
ஓம் ஜிஷ்ணுஷிகாயை நம:
ஓம் பத்ரஜ்வாலாயை நம:
ஓம் கபாலின்யை நம:
ஓம் விகராலமுகீதேவ்யை நம:
ஓம் கராள்யை நம:
ஓம் பூதிபூஷிதாயை நம:
ஓம் சிதாஷயாஸனாயை நம: 800

ஓம் சிதாமண்டல மத்யகாயை நம:
ஓம் பூதபைரவஸேவ்யாயை நம:
ஓம் பூதவைரபபாலின்யை நம:
ஓம் பந்த்க்யை நம:
ஓம் பத்தஸன்முத்ராயை நம:
ஓம் பவபந்தவினாஷின்யை நம:
ஓம் பவான்யை நம:
ஓம் தேவதேதேவஸ்யை நம:
ஓம் தீக்ஷிதாயை நம:
ஓம் தீக்ஷிதபூஜிதாயை நம: 810

ஓம் சாதகேஸ்யை நம:
ஓம் சித்திதாத்ர்யை நம:
ஓம் சாதகானந்தவர்தின்யை நம:
ஓம் சாதகாஸ்ரயபூதாயை நம:
ஓம் சாதகேஷ்டபலப்ரதாயை நம:
ஓம் ரஜோவத்யை நம:
ஓம் ராஜஸ்யை நம:
ஓம் ரஞ்சக்யை நம:
ஓம் ரஜஸ்வலாயை நம:
ஓம் புஷ்பப்ரியாயை நம: 820

ஓம்	புஷ்பபூர்ணாயை	நம:	
ஓம்	ஸ்வயம்பூபுஷ்பமாலிகாயை	நம:	
ஓம்	ஸ்வயம்பூபுஷ்ப கந்தாட்யாயை	நம:	
ஓம்	புலஸ்த்யசுதகாதின்யை	நம:	
ஓம்	பாத்ரஹஸ்தாயை	நம:	
ஓம்	பராயை	நம:	
ஓம்	பௌத்ர்யை	நம:	
ஓம்	பீதாஸ்யாயை	நம:	
ஓம்	பீதபூஷணாயை	நம:	
ஓம்	பங்கானனாயை	நம:	830
ஓம்	பிங்கனேஷ்யை	நம:	
ஓம்	பிங்களாயை	நம:	
ஓம்	பிங்களேஸ்வர்யை	நம:	
ஓம்	மங்களாயை	நம:	
ஓம்	சர்வமங்களமங்களாயை	நம:	
ஓம்	புரூரவேஸ்வர்யை	நம:	
ஓம்	பாசதராயை	நம:	
ஓம்	சாபதராயை	நம:	
ஓம்	அதராயை	நம:	840
ஓம்	புண்யதாத்ர்யை	நம:	
ஓம்	புண்யலோகநிவாஸின்யை	நம:	
ஓம்	ஹோத்ருஸேவ்யாயை	நம:	
ஓம்	ஹகாரஸ்தாயை	நம:	
ஓம்	ஸகாரஸ்தாயை	நம:	
ஓம்	சுகாவத்யை	நம:	
ஓம்	சுகேஷ்வர்யை	நம:	
ஓம்	சத்யை	நம:	
ஓம்	ஷோபாவத்யை	நம:	
ஓம்	சத்யாயை	நம:	850
ஓம்	சத்யாசாரபராயணாயை	நம:	
ஓம்	சாத்வை	நம:	

ஓம் ஈசானகலேசான்யை நம:
ஓம் வாமதேவகலாச்ரிதாயை நம:
ஓம் சத்யோஜாதகலேசான்யை நம:
ஓம் சிவாயை நம:
ஓம் அகோரகலாக்ருதே நம:
ஓம் ஷர்வர்யை நம:
ஓம் வீரசாத்ருஷ்யை நம:
ஓம் க்ஷீரனீரவிவேசின்யை நம: 860

ஓம் விதர்கநிலயாயை நம:
ஓம் நித்யக்லின்னாயை நம:
ஓம் பராம்பிகாயை நம:
ஓம் புராரிதயிதாயை நம:
ஓம் தீர்காயை நம:
ஓம் தீர்கநாஸாயை நம:
ஓம் அல்பபாஷிண்யை நம:
ஓம் காஷிகாயை நம:
ஓம் கௌஷிக்யை நம:
ஓம் கேஷ்யாயை நம: 870

ஓம் கேஷாதாயை நம:
ஓம் கேஷவர்தின்யை நம:
ஓம் துஷ்ட்யை நம:
ஓம் புஷ்ட்யை நம:
ஓம் ப்ரஜாப்ரீதாயை நம:
ஓம் பூஜிதாயை நம:
ஓம் பூஜகப்ரியாயை நம:
ஓம் ப்ரஜாவத்யை நம:
ஓம் கர்பவத்யை நம:
ஓம் கர்பபோஷணகாரிண்யை நம: 880

ஓம் சுக்லவாஸஸே நம:
ஓம் சுக்லரூபாயை நம:
ஓம் சுசிஹாஸஸே நம:

ஓம்	ஜயாவஹாயை	நம:	
ஓம்	ஜானகக்யை	நம:	
ஓம்	ஜன்மஜனகாயை	நம:	
ஓம்	ஜனதோஷணதத்பராயை	நம:	
ஓம்	வாதப்ரியாயை	நம:	
ஓம்	வாத்யரதாயை	நம:	
ஓம்	வாதிதாயை	நம:	890
ஓம்	வாதசுந்தர்யை	நம:	
ஓம்	வாக்ஸ்தம்பின்யை	நம:	
ஓம்	கீரபாணயே	நம:	
ஓம்	தீரதீராயை	நம:	
ஓம்	துரந்தராயை	நம:	
ஓம்	ஸ்தன்ன்தய்யை	நம:	
ஓம்	ஸாமிதேன்யை	நம:	
ஓம்	நிராநந்தாயை	நம:	
ஓம்	நிரஞ்சனாயை	நம:	
ஓம்	ஸமஸ்ககசுகதாயை	நம:	900
ஓம்	சாராயை	நம:	
ஓம்	சிதாக்ருத்யை	நம:	
ஓம்	வாராம்நிதிவரப்ரதாயை	நம:	
ஓம்	வாலுகாயை	நம:	
ஓம்	வீரபானேஷடாயை	நம:	
ஓம்	வசுதாத்ர்யை	நம:	
ஓம்	வசுப்ரியாயை	நம:	
ஓம்	சுக்ராநந்தாயை	நம:	
ஓம்	சுக்ரரஸாயை	நம:	
ஓம்	சுக்ரபூஜ்யாயை	நம:	910
ஓம்	சுக்ரப்ரியாயை	நம:	
ஓம்	சச்யை	நம:	
ஓம்	சுகஹஸ்தாயை	நம:	
ஓம்	ஸமஸ்தநரகாந்தகாயை	நம:	

ஓம் ஸமஸ்ததத்வநிலயாயை நம:
ஓம் பகரூபாயை நம:
ஓம் பகேஸ்வர்யை நம:
ஓம் பசுபிம்பாயை நம:
ஓம் பகாயை நம:
ஓம் ஹ்ருத்யாயை நம: 920

ஓம் பவலிங்கஸ்வரூபிண்யை நம:
ஓம் பவலிங்கேஸ்வர்யை நம:
ஓம் ஸ்ரீதாயை நம:
ஓம் பவலிங்காம்ருதஸ்வரவாயை நம:
ஓம் க்ஷீராஷனாயை நம:
ஓம் க்ஷீரருசயே நம:
ஓம் ஆஜ்யபான பராயணாயை நம:
ஓம் மதுபானபராயை நம:
ஓம் ப்ரௌடாயை நம:
ஓம் பீவராம்சாயை நம: 930

ஓம் பஞ்சதசாக்ஷரீ ராஞ்யை நம:
ஓம் பராவராயை நம:
ஓம் பிலம்பிலாயை நம:
ஓம் படோலீசாயை நம:
ஓம் பாடலாருணலோசனாயை நம:
ஓம் க்ஷீராம்புதிப்ரியாயை நம:
ஓம் க்ஷிப்ராயை நம:
ஓம் ஸரளாயை நம:
ஓம் ஸரளாயுதாயை நம:
ஓம் ஸங்க்ராமஸ்தாயை நம: 940

ஓம் சுநயனாயை நம:
ஓம் ஸ்ரஸ்தாயை நம:
ஓம் ஸ்ம்ஸ்ம்ருத்யை நம:
ஓம் ஸனகேஸ்வர்யை நம:
ஓம் கன்யாயை நம:

ஓம்	கனகரேகாயை	நம:	
ஓம்	கான்யகுப்ஜநிவாஸின்யை	நம:	
ஓம்	காஞ்சனாபதனவே	நம:	
ஓம்	காஷ்டாயை	நம:	
ஓம்	குஷ்டரோகவிநாசின்யை	நம:	950
ஓம்	கடோரமூர்தஜாயை	நம:	
ஓம்	குந்த்யை	நம:	
ஓம்	குத்தாயுததராயை	நம:	
ஓம்	த்ருத்யை	நம:	
ஓம்	சர்மாம்பராயை	நம:	
ஓம்	க்ரூரனகாயை	நம:	
ஓம்	சகோராக்ஷ்யை	நம:	
ஓம்	சதுர்புஜாயை	நம:	
ஓம்	சதுவேதப்ரியாயை	நம:	
ஓம்	ஆத்யாயை	நம:	960
ஓம்	சதுர்வர்கபலப்ரதாயை	நம:	
ஓம்	ப்ரம்மாண்டசாரிண்யை	நம:	
ஓம்	ஸ்பூர்த்யை	நம:	
ஓம்	ப்ரம்மாண்யை	நம:	
ஓம்	ப்ரம்மஸம்மதாயை	நம:	
ஓம்	ஸத்காரகாரிண்யை	நம:	
ஓம்	சூத்யை	நம:	
ஓம்	சூதிகாயை	நம:	
ஓம்	லதிகாலயாயை	நம:	
ஓம்	கல்பவல்லாயை	நம:	970
ஓம்	க்ருபாங்க்யை	நம:	
ஓம்	கல்பபாதபவாஸின்யை	நம:	
ஓம்	கல்பசாகாயை	நம:	
ஓம்	மஹாவித்யாயை	நம:	
ஓம்	வித்யாராஞ்யை	நம:	
ஓம்	சுகாஸ்ரயாயை	நம:	

ஓம் பூதிராஞ்யை நம:
ஓம் விஸ்வராஞ்யை நம:
ஓம் லோகராஞ்யை நம:
ஓம் சிவாரஸ்யாயை நம: 980

ஓம் ப்ரம்மராஞ்யை நம:
ஓம் விஷ்ணுராஞ்யை நம:
ஓம் ருத்தராஞ்யை நம:
ஓம் ஜடாஸ்ரயாயை நம:
ஓம் நாகரஞ்யை நம:
ஓம் வம்சராஞ்யை நம:
ஓம் வீரராஞ்யை நம:
ஓம் ரஜப்ரியாயை நம:
ஓம் ஸத்வராஞ்யை நம:
ஓம் தமோ ராஞ்யை நம: 990

ஓம் குணாராஞ்யை நம:
ஓம் சலாசலாயை நம:
ஓம் வசுராஞ்யை நம:
ஓம் தபோராஞ்யை நம:
ஓம் சத்யராஞ்யை நம:
ஓம் ஜயப்பிரியாயை நம:
ஓம் மந்த்ரராஞ்யை நம:
ஓம் தந்த்ரராஞ்யை நம:
ஓம் வேதராஞ்யை நம:
ஓம் ஸ்ருதிப்ரியாயை நம: 1000

ஓம் ஸர்வராஞ்யை நம:
ஓம் மந்த்ரிராஞ்யை நம:
ஓம் தைத்யராஞ்யை நம:
ஓம் தயாகராயை நம:
ஓம் காலராஞ்யை நம:
ஓம் ப்ரஜாராஞ்யை நம:
ஓம் தேஜோராஞ்யை நம:

ஓம்	ஹராஸ்ரயாயை	நம:	
ஓம்	ப்ருத்வீராஞ்யை	நம:	
ஓம்	பயோராஞ்யை	நம:	1010
ஓம்	வாயுராஞ்யை	நம:	
ஓம்	மதாலஸாயை	நம:	
ஓம்	சுதாராஞ்யை	நம:	
ஓம்	சுராராஞ்யை	நம:	
ஓம்	பீமாராஞ்யை	நம:	
ஓம்	பயோஜ்ஜிதாயை	நம:	
ஓம்	தத்யராஞ்யை	நம:	
ஓம்	ஜயாராஞ்யை	நம:	
ஓம்	மஹாராஞ்யை	நம:	
ஓம்	மஹாமத்யை	நம:	1020
ஓம்	வாமராஞ்யை	நம:	
ஓம்	சீனராஞ்யை	நம:	
ஓம்	ஹரிராஞ்யை	நம:	
ஓம்	ஹரீஸ்வர்யை	நம:	
ஓம்	பராராஞ்யை	நம:	
ஓம்	யக்ஷராஞ்யை	நம:	
ஓம்	பூராஞ்யை	நம:	
ஓம்	சிவராஸ்ரயாயை	நம:	
ஓம்	வடுராஞ்யை	நம:	
ஓம்	ப்ரேதராஞ்யை	நம:	1030
ஓம்	சேஷராஞ்யை	நம:	
ஓம்	ஷமப்ரதாயை	நம:	
ஓம்	ஆகாஷராஞ்யை	நம:	
ஓம்	ராஜேஸ்வர்யை	நம:	
ஓம்	ரதிப்ரியாயை	நம:	
ஓம்	பாதாளராஞ்யை	நம:	
ஓம்	பூராஞ்யை	நம:	
ஓம்	பராராஞ்யை	நம:	

ஓம் விஷாபஹாயை நம:
ஓம் சித்தராஞ்யை நம: 1040

ஓம் ப்ரபாராஞ்யை நம:
ஓம் தேஜோராஞ்யை நம:
ஓம் விபாமய்யை நம:
ஓம் பாஸ்வத்ராஞ்யை நம:
ஓம் சந்த்ரராஞ்யை நம:
ஓம் தாராராஞ்யை நம:
ஓம் சுவாஸின்யை நம:
ஓம் மஹேஸ்வர்யை நம:
ஓம் மதிராஞ்யை நம:
ஓம் வீரராஞ்யை நம: 1050

ஓம் மனோராஞ்யை நம:
ஓம் மனுராஞ்யை நம:
ஓம் காஷ்யப்யை நம:
ஓம் முனிராஞ்யை நம:
ஓம் ரத்னராஞ்யை நம:
ஓம் ம்ருகராஞ்யை நம:
ஓம் மணிப்ரபாயை நம:
ஓம் சிந்துராஞ்யை நம:
ஓம் நதீராஞ்யை நம:
ஓம் நதராஞ்யை நம: 1060

ஓம் தரீஸ்திதாயை நம:
ஓம் நாதராஞ்யை நம:
ஓம் பிந்துராஞ்யை நம:
ஓம் ஆத்மராஞ்யை நம:
ஓம் சத்கதயே நம:
ஓம் புத்ரராஞ்யை நம:
ஓம் த்யானராஞ்யை நம:
ஓம் லயராஞ்யை நம:

ஓம்	லதேஸ்வர்யை	நம:	
ஓம்	ஈஸானராஞ்யை	நம:	1070
ஓம்	ராஜ்யஸ்வரியை	நம:	
ஓம்	ஸ்வாஹாராஞ்யை	நம:	
ஓம்	மஹக்தராயை	நம:	
ஓம்	வஹ்னிராஞ்யை	நம:	
ஓம்	யோகிராஞ்யை	நம:	
ஓம்	மக்ஞராஞ்யை	நம:	
ஓம்	தத்வராஞ்யை	நம:	
ஓம்	வாக்ராஞ்யை	நம:	
ஓம்	ஹ்ரீம் பூதேஸ்வரேஸ்வர்யை	நம:	1080

ஸ்ரீ மஹாராக்ஞி ஷோடசேஸ்வரீ
ஸ்ரீ ராஜராஜேஸ்வரி ஸ்ரீமாத்ரே நமோ நம:

✪✪✪

12

ஸ்ரீ குருப்யோ நம:
ஸ்ரீமஹாராக்ஞி ஸ்ரீ ராஜராஜேஸ்வரி அஷ்டோத்தர சத நாமாவளி

வீணாம் வாமகுசே நிதாய சரஸம் தந்த்ரீக நைஜாங்குளி:
க்ருத்வா சம்புயஷ: விஜித்வரகுணான் காதும் ப்ரவ்ருக்தா பரா!
வீக்ஷவமாத்ரத யேவ விஸ்வவிஜய வாக்பாடவ தந்வதி
சங்கீதாம்ருதமாத்ருகா பகவதி மாம் பாது ராஜேஸ்வரி!!
ஓம் - ஐம் - ஹ்ரீம் - ஸ்ரீம்

ஓம் உமாயை நம:
ஓம் பகவத்யை நம:
ஓம் பத்ராயை நம:
ஓம் சர்வாண்யை நம:
ஓம் விஜயாயை நம:
ஓம் ஜயாயை நம:
ஓம் வாண்யை நம:
ஓம் சர்வகதாயை நம:
ஓம் கௌர்யை நம:
ஓம் வாராஹ்யை நம: 10

ஓம் கமலப்ரியாயை நம:
ஓம் சரஸ்வத்யை நம:
ஓம் கலாயை நம:
ஓம் மாயாயை நம:
ஓம் மாதங்க்யை நம:
ஓம் த்ரிபுராயை நம:
ஓம் அம்பிகாயை நம:
ஓம் சாகம்பர்யை நம:
ஓம் சிவாயை நம:
ஓம் சண்ட்யை நம: 20

ஓம் குண்டலின்யை நம:
ஓம் க்ரியாயை நம:
ஓம் சந்த்ரிகாயை நம:
ஓம் ஸ்ரீயை நம:
ஓம் மதுமத்யை நம:
ஓம் கிரிஜாயை நம:
ஓம் சுபகாயை நம:
ஓம் பராயை நம:
ஓம் தாராயை நம:
ஓம் பத்மாவத்யை நம: 30

ஓம் ஹம்ஸ்யை நம:
ஓம் பத்மனாபசஹோதர்யை நம:
ஓம் அபர்ணாயை நம:
ஓம் லலிதாயை நம:

ஓம் தாத்ர்யை நம:
ஓம் குமார்யை நம:
ஓம் சிகிவாஹின்யை நம:
ஓம் சாம்பவ்யை நம:
ஓம் சுமுக்யை நம:
ஓம் மைத்ர்யை நம: 40

ஓம் விஸ்வரூபிண்யை நம:
ஓம் ஆர்யாயை நம:
ஓம் ம்ருடான்யை நம:
ஓம் ஹ்ரீங்கார்யை நம:
ஓம் க்ரோதின்யை நம:
ஓம் சுதனாயை நம:
ஓம் அஜபாயை நம:
ஓம் பராபராயை நம:
ஓம் ளஷாபாயை நம:
ஓம் சர்வவர்ணாயை நம: 50

ஓம் ஹரிப்ரியாயை நம:
ஓம் மஹாலக்ஷ்ம்மை நம:
ஓம் மஹாசித்யை நம:
ஓம் ஸ்வதாயை நம:
ஓம் ஸ்வாஹாயை நம:
ஓம் மனோன்மண்யை நம:
ஓம் த்ரிலோகபாலின்யை நம:
ஓம் பூதாயை நம:
ஓம் த்ரிசந்த்யாயை நம:
ஓம் த்ரிபுராந்தக்யை நம: 60

ஓம் மஹாராக்ஞை நம:
ஓம் ப்ராஹ்ம்யை நம:
ஓம் த்ரைலோக்ய மோஹின்யை நம:
ஓம் புஷ்கராக்ஷ்யை நம:
ஓம் லதாயை நம:
ஓம் கௌர்யை நம:
ஓம் த்ரிவர்ணாயை நம:
ஓம் த்ரிஸ்வராயை நம:

ஓம் த்ரிகுணாயை நம:
ஓம் நிர்குணாயை நம:
ஓம் சதயாயை நம: 70

ஓம் நிர்விகல்பாயை நம:
ஓம் நிரஞ்ஜன்யை நம:
ஓம் ஜ்வாலின்யை நம:
ஓம் மாலின்யை நம:
ஓம் ஆர்யாயை நம:
ஓம் ரவ்யாதோநிபர்ஹிண்யை நம:
ஓம் காமாக்ஷ்யை நம:
ஓம் காமின்யை நம:
ஓம் காந்தாயை நம: 80

ஓம் காமதாயை நம:
ஓம் கலஹம்ஸின்யை நம:
ஓம் கல்பவல்லர்யை நம:
ஓம் குடிலாயை நம:
ஓம் ப்ரக்ஞாயை நம:
ஓம் ப்ரசாதவாசதாயை நம:
ஓம் வாகீஸ்வர்யை நம:
ஓம் விசாலாக்ஷ்யை நம:
ஓம் சுமங்கலாயை நம:
ஓம் கன்யாயை நம: 90

ஓம் காமேஸ்வர்யை நம:
ஓம் சண்டிகாயை நம:
ஓம் பைரவ்யை நம:
ஓம் புவனேஸ்வர்யை நம:
ஓம் நித்யாயை நம:
ஓம் நித்யானந்த விபவாயை நம:
ஓம் சத்யக்ஞானாயை நம:
ஓம் தமோபஹாயை நம:
ஓம் மாஹேஸ்வர்யை நம:
ஓம் ப்ரியங்கர்யை நம: 100

ஓம்	பூஜிதாயை	நம:	
ஓம்	ஸ்ரீதாயை	நம:	
ஓம்	லோகராஞ்யை	நம:	
ஓம்	ரஜப்ரியாயை	நம:	
ஓம்	மஹாத்ரிபுரசுந்தர்யை	நம:	
ஓம்	ஸ்ரீராஜராஜேஸ்வர்யை	நம:	
ஓம்	பத்ராயை	நம:	
ஓம்	மஹாசிம்மாஸனேஸ்வர்யை	நம:	108

13

மகரிஷி ஸ்ரீபரத்வாஜ் சுவாமிகளின் ஆவரண பூஜையில் அம்பிகை அகமகிழ்ந்து உச்சிஷ்டம் அருளிய அதிசயம்

திருமதி ரேணுகா, லலிதா இவர்கள் இருவரும் மல்லேஸ்வரம், பெங்களூரைச் சேர்ந்தவர்கள். அம்பத்தூர் ரெட்ஹில்ஸ் சாலை, கள்ளிக்குப்பம், கங்கைநகர் ஸ்ரீபரத்வாஜ் ஆசிரமத்தின் பீடாதிபதி ஸ்ரீபரத்வாஜ் ஆசிரமத்தின் பீடாதிபதி ஸ்ரீபரத்வாஜ் சுவாமிகளின் சீடர்கள். ஆசிரமத்தில் நடக்கும் விசேஷ பூஜைகளில் தவறாமல் பங்கு கொண்டு குரு மற்றும் அம்மனின் அருள்பெற்றுவரும் உத்தம பக்தைகள்.

20.11.16 ஆம் தேதி ஞாயிறன்று கிளம்பி திங்களன்று ஆசிரமத்தில் நடக்க இருக்கும் நவாவர்ண பூஜையில் பங்குபெறச் சென்றனர். திங்களன்று காலை 6 மணி அளவில் ஆஸ்ரமத்தை அடைந்தனர். அன்று மகாதேவ அஷ்டமி. சிலருக்கு மிகவும் முக்கியமான பூஜா நாள். ரொம்பப் பிரியமானதும் கூட. வழக்கம் போல் ஆஸ்ரமத்தில் அஷ்டமி பூஜை மாதம் இருமுறை நடப்பது போல் நடக்கத் தொடங்கியது.

இருவரும் ஆஸ்ரமம் சென்று குளித்து புதுச் சேலைகள் கட்டிக் கொண்டு பூஜைகளுக்குத் தயாராயினர். ஸ்ரீபுவனேஸ்வரி தேவியின் சந்நதியில் முதலில் 7 மணி அளவிலே பெரிய மூன்று குத்துவிளக்குகளை புடவை கட்டி, நகைமாட்டி, தயார் செய்து ஐம்முக விளக்கு ஏற்றி இருந்தனர். அவற்றில் முறையே துர்கா, லட்சுமி, சரஸ்வதி ஆவாஹனம் செய்தனர். திருமதி சந்திரா அவர்களும் மற்றுமுள்ள சீடர்களுமாய் துர்கை நவாக்ஷரி மூலமந்திரம் "ரூபம் தேஹி ஜெயம் தேஹி யஸோ தேஹி த்விஷோஜயி ஓம் ஐம் ஹ்ரீம் க்லீம் சாமுண்டாயை விச்சே" என்று சொல்லி சப்தசதி தேவி மஹாத்மிய சுலோகங்களைப் படித்து ரோஜா புஷ்பங்களால் அர்ச்சித்து வந்தனர்.

அப்போது சுவாமிகள் சிவப்பு பட்டாடை அணிந்து தேஜன் ஓஜஸ் சொலித்திட சூரியனைப் போன்ற பிரகாசமான மேனியுடன், முழுமதி ஒத்த முகத்துடன் நெற்றி நிறை விபூதி புருவ மத்தியில் சிறிய தாமரை மொட்டு போன்று குங்குமம் இட்டு சித்த முனிவராய் தோன்றினார் ஸ்ரீபரத்வாஜ் சுவாமிகள். இன்று அம்பாள் பக்தர்களுக்காக அதிசயம் நடத்த இருக்கிறாள் என்றார்.

மகாமேரு, ஸ்படிகலிங்கம், மரகதலிங்கம், சாளக்ராமம் இவற்றிற்கு அபிஷேகம் செய்தார். மூலிகைகள், பஞ்சகவ்யம், மஞ்சள், குங்குமம் சந்தனம், வெண்ணெய், தயிர் பால் பழரசங்களால் அபிஷேகம் செய்தார். அபிஷேகம் முடிந்து

தூபதீப, நைவேத்யம், கற்பூர ஆரத்தி முடிந்ததும் அனைவருக்கும் அன்னதானமாக அம்மனின் பிரசாதம் வழங்கப்பட்டன. பக்தர்கள் "அம்பாள் என்ன அதிசயம் செய்ய அபாகிறாள்?" என்று ஆவலுடன் வந்து கூடினர்.

பின்னர் 10.30 மணி அளவில் சப்தசி பிராயண முடிந்ததும் ஸ்ரீ பரத்வாஜ் சுவாமிகள் மறுபடியும் பூஜையில் சிவப்பழமாக அமர்ந்தார். அற்புதமான தெய்வீக முகப்பொலிவுடன் அவர் வந்து அமர்ந்ததும் இறைவனே அவரது வடிவில் வந்தது போன்று தோன்றியது. வந்திருந்த சுமங்கலிகளுக்குப் புதுச்சேலை தந்து அனைவரையும் அதனை உடுத்திக் கொண்டு வரச் சொன்னார். சீடர்களும் வேதியர்களும் ''மஹா தேவ அஷ்டமி'' ஆதலால் புதுவேட்டிகள் கொடுத்து கட்டிக் கொண்டு வரச் சொல்லி அவர்களுக்கு அன்னதான சமாராதனை நடைபெற்றது.

பின்பு சுமார் 11 மணி அளவில் நவாவர்ண பூஜை தொடங்கியது. சுவாமிகளே பூஜைக்கான அனைத்து விஷயங்களையும் கவனித்து தேவையானவற்றை தேவை யானபடி எடுத்து ஒழுங்கு பண்ணி பூஜையைத் தொடங்கினார். விசேஷ அர்கியமும் அவரே தயாரித்து, அம்பிகையை ஒருமுகப்பட்ட மனதோடு நியம நிஷ்டையுடன் பக்தியுடன் உள்நெக்கு நின்றுருகிட பூஜையை செய்தார்.

நவாவர்ணம் முடிந்து புவனேஸ்வரி மற்றும் பால ஆவரணமும் செய்தார். அவர் கூறிய மந்திர ஒலிகள் என்றைக்கும் போல் அல்லாது மிகுந்த சிறப்பாக அதிவிசேடமாக அமைந்தது. அனைவரையும் தேவலோகத்திலேயே இருக்கிறோமோ என்று நினைக்கத் தூண்டியது. பூஜைகளை அனைவரும் பக்தியுடன் பார்த்து அதனிலேயே ஒன்றி மெய் மறந்து லயித்திருந்தனர். சுவாமிகள் செய்கின்ற பூஜைகளில் அலுப்போ, சலிப்போ, தூக்கமோ, விரக்தியோ ஏற்படாது. அதனைக் காண்பவரும் செய்கின்ற சுவாமிகளும் சுறுசுறுப்பாக பக்தி மயமான பூஜைகளில்

லயித்து களித்து மெய் மறந்து பரமானந்த மயமாக இருப்பது என்பது இந்த ஆசிரமத்தில் மிக இயல்பானது.

அனைத்தும் முடிந்து தூபதீப, நிவேதனம், கற்பூர ஆரத்தி காண்பித்தார் சுவாமிகள். சுவாமிகள் விசேஷ அர்க்கியம் தயார் செய்தால் அது அதிமதுரமாக அமிர்தமாக இருக்கும். பாத்ராசாதனம் செய்யும் நேர்த்தியோ மிகவும் நுணுக்கமானதாக இருக்கும். ஆவாஹனம் செய்திடும் போது அம்பிகை பக்திக்கு மயங்கி, மிகவும் அழகாக தெய்வீக பராம்பிகையே பக்கத்தில் வந்து அமர்வதைப் பார்க்கலாம் உணரலாம். அந்த அனுபவம் மிகுந்த மகிழ்ச்சி தரும்.

தனுர், பாண, பாச அங்குச முத்திரைகளைக் காட்டும் போது அந்தந்த முத்ராசக்திகள், ஸ்ரீபரத்வாஜ் சுவாமிகளின் திருமேனியில் வந்தமர்வதைக் காண கண் இரண்டு போதாதே என்று தோன்றும். அந்தத் தளிர் பொன்னிற ஆவரண பூஜை செய்யும் எழில் தோற்றம், அழகுடன் வெகு கம்பீரமாக அவர் செய்யும் பிரணாப் பிரதிஷ்டை அப்பப்பா! பார்க்கப் பார்க்க பிரமிக்க வைக்கும்.

ஆவாஹயாமி அவர் சொல்லும் போது பரிபூரணமான ஆனந்த நிலை நாம் அனுபவிப்போம். நம்முள்ளே அம்பிகை வந்து அமர்ந்தார் போன்று ஆனந்தக் களிப்பு நமக்குள் ஏற்படுவதை என்ன சொல்ல? பாக்கியம் மகா பாக்கியம் செய்தவர்களுக்கே இவர் செய்திடும் பூஜைகளைக் காணும் பெரும்பேறு அமையும். இவரது பூஜைகளில் சலிப்பே தெரியாது.

இடது கையில் தர்வியில் அமிர்தம், வலதுகையில் பவளமல்லி, அல்லது ரோஜா என இரண்டையும் ஒரு சேர பூஜயாமி, தர்ப்பாயமி நம: என இவர் தமது தாமரைக் கரங்களால், அம்பிகையின் கமலமலர் பாதங்களில் பவ்யமாக பக்தியுடன் சேர்ப்பதைக் காணும் போது அம்பாளே நேரில் வந்து தனக்குப் பிடித்த மாதிரி பூஜை செய்து கொள்கிறாளோ?

என்று எண்ணத் தோன்றும். அத்தனை பக்திரசம், வாத்சல்யம், அன்பும் உள்ளத்தால் அனுபவித்து உதடுகளால் மகாமந்திரங்களை மூலமந்திரங்களோடு அவர் செய்யும் பூஜைகள் பார்த்து பரவசமாகி பரமானந்தத்தில் திளைக்காதவர் யாருமே இருக்க முடியாது. ஆஹா! அனுபவித்தாலே புரியும் அது. சுவைத்தவர்களே அமுதச் சுவை தெரியுமா போல அந்த அவரது பூஜா சுகத்தை, இன்பத்தை நேர்த்தியை பக்தியை அனுபவித்தவரே உணரலாம்.

இத்தகைய பேரானந்தத்தை விட இந்திரலோக சுகம் பெரிதா? என்று எண்ணத் தோன்றுகிறது. அவர் பூஜை செய்யும் போது நாமே செய்கின்றோமோ என்றல்லவா எண்ணம் ஏற்படுகின்றது. அனுபவம் மனத்தைத் தொடுகிறது. நம் செவிகளில் அவர் சொல்லும் மந்திரங்கள் ரீங்காரமிடும். கண்களோ பூஜையைப் பார்ப்பதிலேயே திளைக்கும். அவரது பூஜைகளோ தரும் ஆனந்தக் களிப்பு. மனதிற்குப் பூரிப்பு. நைவேத்தியம் அவர் காட்டும் விதமும் நம்மை மதிமயங்கிடச் செய்யும். அம்பாளே அத்தனையும் சுவைப்பது போல இருக்கும். சிறு குழந்தைக்கு ஊட்டுவது போல் அன்புடன் பாசத்துடன், பரிவுடன், வாஞ்சையுடன், மெதுவதாக நிதானமாக அவரது நளினமலர் விரல்களில் ஏந்தி ஊட்டும் போது அம்பிகை நேரில் வந்து ஏற்கிறாள். "ஸ்ரீமாதா"வன்றோ அவள். தன் குழந்தை பக்தியுடன் வாஞ்சையுடன் அழைக்கும் போது அவள் வந்துதானே ஆக வேண்டும். அவள் கருணாமயி அன்றோ? அவளும் அன்புடன் அந்தத் தாம்பூலத்தை ஏற்று ஸ்ரீபரத்வாஜ் சுவாமிகள் பக்தியுடன் விநயத்துடன் ஏந்திடும் பாத்திரத்தில் உமிழ்வாள். இது பரமானுக்ரஹம் அன்றோ. பார்ப்பவர்க்கு இதைவிட பேரானந்தம் உண்டோ.

ஊறவைத்த திராட்சை ரசத்தில் அஷ்ட கந்தலோவித புஷ்பத்தைப் போட்டு வாசனை கலந்து மகாமேருவுக்கு மகாருகு பூஜை நடத்துவார். அதனால் மனம் பூரித்து அம்பிகை நயந்து

வந்து உகப்புடன் ஏற்பதை நாங்கள் தினமும் கண்ணாரக் கண்டுள்ளோம்.

அதைப் போல் அன்றும் அவர் நவாவர்ண பூஜை செய்து முடித்ததும் சுமங்கலிகளுக்கும் விசேஷ அர்க்கியம் மற்றும் புஷ்பங்களால் தர்ப்பணம் செய்தார். பின்னர் அம்பிகைக்கு பழங்களில் தீபமேற்றி ஆரத்தி செய்தார். குலதீபம் காத்திட அம்பிகை துணை வந்திடுவாள். அத்தனை அருகில் அம்பிகையை நாம் அனுபவிப்போம். ஆனந்தம் பரமானந்தம் இது அன்றி வேறுண்டோ?

தூப தீப நிவேதன கற்பூர ஆரத்தி முடிந்தது. பின்னர் அவர் ஒரு காலி வெள்ளிக் கிண்ணத்தை எங்களிடம் காட்டினார். இதோ இப்போது அம்பிகை அதிசயம் செய்யப் போகிறாள். எல்லோரும் அம்பாளைப் பார்த்து வேண்டிக் கொள்ளுங்கள். உங்களைக் காக்க அம்பாள் உச்சிஷ்டம் தந்தருள்வாள் என்றார். சீனு என்பவரிடம் அந்த வெள்ளிக் கிண்ணத்தைக் கொடுத்து அம்பிகையின் வாயருகே காண்பிக்கச் சொன்னார். அவரும் பக்தியுடன் பவ்யமாக அடக்கமாக அம்பிகை வாயருகே வெள்ளிக் கிண்ணத்தைக் காட்டினார்.

ஆகா அதிசயம் நடந்தது அற்புதம்! ஆம் அம்பிக்கை தன் வாயிலிருந்த தாம்பூலத்தை அதில் உமிழ்ந்தாள். விக்கிரத்திலிருந்து உமிழ முடியுமா? என்ன அம்பிகை பிரத்யட்சமாக அங்கு இருந்ததால் உச்சிஷ்டம் உமிழ்ந்தாள். ஸ்ரீபரத்வாஜ் சுவாமிகளும் ஓரிரு பரம பக்தர்களும் அம்பிகை உமிழ்ந்ததைக் கண்டு மெய் புளகாங்கிதம் கொண்டனர். மற்றவர் வெள்ளிக் கிண்ணத்திலிருந்த தாம்பூல உச்சிஷ்டத்தை தங்கள் கரங்களில் வாங்கி கண்களால் கண்டு ஆனந்தக் கண்ணீர் பெருகினர். ஆகா என்னே பக்தி?

எப்படிப்பட்ட பூஜை அம்பிகை நேரில் வந்து அதிசயம் கண்டு பிரமித்தனர். ஆனந்தக் களிப்பில் மிதந்தனர். கண்கள்

பணித்தனர். கரங்கள் கூப்பினர். "ஜெயகோஷம்" புவனேஸ்வரி ஜெய்! ஸ்ரீபரத்வாஜ் சுவாமிக்கு ஜெய்! என்று ஜெயகோஷம் எழுப்பினர். விண்ணை எட்டியது அந்தக் கோஷம். அம்பிகையின் கருணையே கருணை.

பக்தனுக்காக அம்பிகையே வந்தாள். உச்சிஷ்டம் தந்து அருளினாள். அந்த உச்சிடத்தை ஸ்ரீ சுவாமிகள் வந்திருந்த பக்தர்களுக்கு சிறு சிறு துளியாக அனுமாத்திரமாகத் தந்து அருளினார். அதனைப் பெற்றவர்களும் குருவிற்கும் மறு பிறவி இனி வருமா? என்ன? அவர்கள் ஜீவன் முக்தர்களன்றோ? பிறவா வரம் பெற்ற புண்ணியசாலிகள்.

இந்த அனுபவத்தை நேரிலே ஆண்டு அனுபவித்த ரேணுகாவும், லலிதாவும் மெய் புளகாங்கிரமாகிக் கூறும்போது நாமும் அன்றோ மெய் சிலிர்க்கிறோம். என்ன ஒரு பேரின்பமான ஆனந்தப் பரவசநிலை. குலத்தை வாழ வைக்கும் பூஜை. குவலயத்திற்கே அருள் பாலிக்கும் பூஜை இது அல்லவா?

என்றேனும் ஒருநாள் குருநாதர் தரும் விசேஷார்கய அம்ருதம் பருகுங்கள். ஸகல தெய்வங்களும் உங்கள் உடம்பில் வந்து உறையும். நீங்களும் பவித்ரமாவீர்கள். உலகில் ஏற்றமிக்க இன்ப பேற்றினைப் பெற்று பெருவாழ்வு பெற்று உய்வீர்கள். பவசாகரம் கடக்க உதவும் தோணியல்லவா குரு? அதனை மெய்ப்பிக்க அவதாரம் செய்தவரே ஸ்ரீபரமஹம்ஸ மகரிஷி ஸ்ரீபரத்வாஜ் சுவாமிகள் என்று கூறுகின்றனர் இந்த மஹத்தான அனுபவம் பெற்றவர். கண்டவர். அம்பிகையின் அருள் கொண்டவர். ஆம் அனைவரும் வருவீர் துன்பம் தொலைத்து இன்பம் கொண்டு சுகவாழ்வு பெறுவீர்.

குருமண்டலம் என் குருநாதர் மூலமாக வாழ்த்தமே நீங்கள் ஒருநாள் உச்சத்திற்குப் போவீர்கள். உலகம் உங்களை மெச்சிக் கொள்ளப் போகிறது. அம்பிகையை பிரேமையோடு

கொஞ்சி, கெஞ்சி வழிபடுங்கள். குருநாதர் துணை கொண்டு பேரின்ப வாழ்வு பெறுவீர்கள்.

அம்பத்தூரில் தம்பதியர் கமலா பிரகாஷ் என்பவர்கள் வசிக்கின்றனர். அவர்கள் சுவாமிகளிடம் 1980லிருந்தே வருகின்றனர். அவர்களது ஒவ்வொரு முக்கியமான கட்டங்களும் அவர்களது வாழ்க்கையில் சுவாமிகளின் அருளாலேயே தாண்டி வந்துள்ளனர் என்கின்றனர்.

29.10.1984ல் அவர்கள் இருவருக்கும் திருமணம் சுவாமிகள் அருளால்தான் நடந்தது. ஒன்பது வருடங்களாக அவர்களுக்குக் குழந்தைப் பேறு கிட்டவில்லை. எனவே கமலாவின் மாமியார் ஸ்ரீபரத்வாஜ் சுவாமிகளிடம் வந்து வேண்டிக் கொண்டாராம்.

அதற்கு அவரும் அரை கிலோ வெண்ணை அம்பாள் அபிஷேகத்திற்கு வாங்கித் தருமாறு கூறினாராம். அவர்களும் அரை கிலோ வெண்ணை வாங்கி வந்து பௌர்ணமி பூஜையில் தம்பதிகளாக 1993ல் கலந்து கொண்டனராம். சுவாமிகள் அபிஷேகத்தின் போது சிறிது வெண்ணையும், இரண்டு செவ்வாழைப் பழங்களையும் இருவருக்கும் தந்து உண்ணச் சொன்னாராம். ஒரு ஸ்லோகமும் படித்து வரத் தந்தாராம். அவர்களுக்குக் கண்டிப்பாக ஆண் குழந்தை பிறக்கும் என்றும் அவனுக்கு 'புவனேஷ்' என்றும் பெயர் வைத்திடச் சொன்னாராம்.

அவர்களும் ஆசி பெற்று சென்று அந்த பிரசாதத்தை உட்கொண்டு மந்திரம் படித்து வந்தனராம். பின்னர் சுவாமிகளின் வாக்கு பலித்தது. 22.8.94 அன்று அவர்களுக்கு ஒரு ஆண் குழந்தை பிறந்தானாம். அவனுக்கு அவர்கள் புவனேஷ் என்று பெயர் சூட்டி அழைக்கின்றனர். இன்று அவன் நல்ல குழந்தையாக எம்காம் படித்து, விப்ரோ கம்பெனியில் நல்ல வேலை பார்த்து வருகிறான். அவனுக்கு மேற்கொண்டு பி.எட் படித்து ஆசிரியர் வேலை பார்க்க

விருப்பமாதலால் வேலை செய்து கொண்டே பி.எட் படிப்பதாகவும் கூறுகின்றனர்.

சுவாமிகள் அவன் அம்பாளின் குழந்தை நன்கு வாழ்க்கையில் முன்னேறி சாதனை புரிவான் என்று அருளி உள்ளார் என்று பூரிக்கின்றனர்.

✪✪✪

14

சோதனைகளைத் தீர்க்கும் ஞானசித்தர் பரமஹம்சர் ஸ்ரீபரத்வாஜ் சுவாமிகள்

நாளென் செயும் வினைதான்
என்செயும் எனை நாடி வந்த
கோளென் செயும் கொடுங்
கூற்று என்செயும் குமரேசர்இரு

தாளும் சிலம்பும் சதங்கையும்
தண்டையும் சண்முகமும்
தோளும் கடம்பும் எனக்கு
முன்னே வந்து தோன்றிடினே

என்று பாடுகிறார் அருணகிரிநாதப் பெருமாள். உண்மைதான். இறையருளின் இனிய துணை பக்கத் துணையாய் இருக்கும்போது ஒருவனை நவகோள்களும் சரி வேறெந்த தீயசக்திகளும் சரி எந்த வகையிலும் பாதிக்காது.

இதைப் போலவே சிவனடியார்களை நவகிரகங்களோ வேறெந்தத் தோஷங்களோ பாதிக்காது என்று தான் 'வேயுறு தோளி பங்கன்' எனத் தொடங்கும் 'கோளறு பதிகம்' பாடல்களைப் பாடினார் திருஞானசம்பந்தர்.

தேவர்களுக்கெல்லாம் சொல்லொணாத் தொல்லைகளைக் கொடுத்து வந்த சூரபன்மனை வதைக்க முருகவேள் புறப்பட்டாரென்றால் அவருக்கு வெற்றி கிடக்கக் கடிய நல்லாசிகளைக் கூறி வேலெடுத்துக் கொடுத்து வழியனுப்பியவள் பராசக்திதானே?

பஞ்சாய் பறக்கும் கர்மவினைகள்:

அந்த பராசக்தியே ஆற்றல் நிறைந்தவள். முத்தொழில்களையும் புரியும் பிரம்மா, விஷ்ணு, ருத்ரன் ஆகிய மூவருக்கும் உரிய முறையில் ஆற்றலை வழங்கி அவர்களை இயக்குபவள் அவள்தான்.

எனவே, அவளுடைய திருவடிகளைப் பணிந்தால் நம் கர்மவினைகள் யாவும் பஞ்சாய்ப் பறந்தோடும். நாம் எதையெல்லாம் விரும்பிக் கேட்கிறோமோ அவற்றுக்கெல்லாம் மேலாகவே அள்ளிக் கொடுத்து நம் விருப்பங்களை நிறைவேற்றி நிம்மதி தருபவள் புவனேஸ்வரி. தேவர்கள் யாவருக்கும் சக்தி தருபவள். எளிய பூஜைகளையும் ஏற்று அந்தப் பக்தனையும்

அவன் குடும்பத்தையும் காத்து இன்பமயமான வாழ்வருளும் கருணாம்பிகை.

தாயே நீயே கதி என்று சொல்லி அவளது கமலமலர் பாதங்களைச் சரண் புகுந்தவர்களுக்கு ஆறுதல் தரும் அன்னையாக மாறி அவர்களின் கண்ணீரைத் துடைத்தெறிந்து அவர்களின் எண்ணங்களை யெல்லாம் ஈடேற்றி வைக்கும் அகிலாண்ட கோடி நாயகி அவள். கேட்பவர்கள் கேட்ட படியே வரங்களைத் தருவதில் முன் நிற்பவள் புவனேஸ்வரி தேவி.

பல்லாண்டு காலமாக புவனேஸ்வரி தேவியின் பாதார விந்தங்களையே துணையாகக் கொண்டு அவளுக்குப் பாமாலையும், பூமாலையும் சூட்டி வணங்கி அல்லும் பகலும் அயராமல் பல்வேறு ஹோம பூஜைகளையும் நடத்தி அவளது அனுக்கிரஹத்தைக் குறைவின்றி பெற்றவர் மகரிஷி ஸ்ரீபரத்வாஜ் சுவாமிகள்.

காவல் தெய்வம் புவனேஸ்வரி: பரத்வாஜ் ஆசிரமத்தில் எழிலுடன் எழுந்தருளிக் கொலு வீற்றிருக்கும் புவனேஸ்வரி தேவியின் பேரழகுத் திருவுருவை ஒருமுறை கண்ணுற்றவர் களின் உள்ளங்களில் எல்லாம் குடிபுகுந்து விடுவாள்.

தினந்தோறும் அங்கு திரண்டு வரும் பக்தர்களின் குறைகளையெல்லாம் போக்கி, காவல் தெய்வமாக ஸ்ரீபரத்வாஜ் ஆசிரமம், ஸ்ரீ யோக மாயா புவனேஸ்வரி பீடத்தில் கோலோச்சிக் கொண்டிருக்கிறாள்.

அன்பர்கள் தேவியின் முன் வைக்கும் பல்வேறு கோரிக்கைகளைப் பரிவுடன் கேட்டு தேவியின் பரிபூரணமான அனுக்கிரஹத்தைப் பெற்றுள்ள மகரிஷி பரத்வாஜ் சுவாமிகள், அவரவர்களுக்குரிய பரிகாரங்களைச் சொல்லி அவர்களுடைய குறைபாடுகளைப் போக்கி அருள்கிறார்.

இந்தத் தொண்டிற்காகவே தன் வாழ்வை அர்ப்பணித்துக் கொண்டு இதனை தன் லட்சியமாகக் கொண்டு வாழ்கிறார்.

அங்கே வரும் பக்தர்கள்தான் எத்தனை பேர்? அவர்கள் சொல்லும் கோரிக்கைகள்தான் எத்தனை? தமிழ்நாட்டின் பல்வேறு பகுதிகளிலிருந்து மட்டுமல்ல, கடல் கடந்த நாடுகளிலிருந்தும் கூட வரும் அத்தகைய எண்ணற்ற பக்தர்களின் குறைதீர்த்து வைக்கும் நம்பிக்கை நாயகனாக விளங்கி, பக்தர்கள் குறைகளை அனுதாபத்துடனும், ஆத்மார்த்தமாகவும் கேட்டு, தக்க ஆறுதல் கூறி சமாதானப்படுத்தி துல்லியமான பரிகாரங்களைத் தம் தீர்க்க தரிசனத்தால் கூறி அதனை தாமே நடத்தியும் தருகிறார். அவரே அக்கறையுடன் தக்க முறைப்படி செய்வதால் கண்டிப்பாக நற்பலன் உடனடியாக அன்பர்கள் வாழ்வில் ஏற்படும் அனுபவத்தை எப்படிச் சொல்ல?

கோரிக்கைகளை நிறைவேற்றும் விசேட பூஜைகள்: ஆசிரமத்தில் அன்றாட பூஜைகள் நடைபெறுவதைத் தவிர அஷ்டமி பூஜை, பௌர்ணமி பூஜை, சுப்ரமண்ய பூஜைகளும் நடைபெறுகின்றன.

பக்தர்களின் பரிகார பூஜைகளாக வாஞ்சாகல்ப கணபதி ஹோமம், மிருத்யுஞ்சய ஹோமம், சுதர்சன ஹோமம், சதமூலிகா ஹோமம், சண்டி ஹோமம், ராஜராஜேஸ்வரி, காயத்ரி, வாராஹி, பிரத்யங்கிரா ஹோமங்கள் நடைபெறுகின்றன.

அறுபத்து நான்கு அபிஷேகம், சங்காபிஷேகம், ஸ்வர்ண மங்கள கௌரி பூஜை, சப்தசதி பாராயண பூஜை, லலிதா, பாலா, துர்கா, சண்டி, பிரத்யங்கிரா, புவனேஸ்வரி, வாராஹி ராஜசியாமளா சகஸ்ரநாம அர்ச்சனைகள் விசேடமான பூக்களால் நடைபெறுகின்றன.

யார் யாருக்கு என்னென்ன குறைகளோ அவற்றுக்குரிய பரிகார பூஜைகளில் கலந்து கொள்ளச் சொல்லி அதன் மூலம்

அவர்தம் கோரிக்கைகள் முற்றிலும் நிறைவேற்றி, அவர்களை மகிழ்விக்கிறார்.

அளப்பரிய ஆற்றல் மிக்கவர்: ஸ்ரீபரத்வாஜ் சுவாமிகளுக்கு இந்த ஆற்றல் எளிதாகவா கிடைத்தது? சின்னஞ்சிறு பாலகனாக இருந்த போதிலிருந்தே ஸ்ரீபாலா திரிபுரசுந்தரியின் பேரருளைக் குறைவறப் பெற்று அவள் திருநாமங்களைக் கோடி கோடியாக ஜெபித்து முறைப்படி பூஜைகள், வேள்விகள், அர்ச்சனைகள், அபிஷேகங்கள், நதி பூஜை புரச்சரணம், நடத்திப் பல்லாண்டுகளாகப் பாடுபட்டு கிடைத்ததுதான் இந்தப் பேராற்றல்.

இன்றைக்கும் என்னென்ன விசேட பூஜைகள், ஜெபங்கள் செய்தால் உலக மக்கள் ஷேமமாக இருப்பர் என்று எண்ணிச் செயல்படுகிறார். வெற்றியும் காண்கிறார். சென்ற இரண்டு மாதங்களாக இவர் செய்த சாதனைகள் சிலவற்றை காண்போம்.

பல வருடங்களாக மாதாமாதம் பலவித சாதனைகள் செய்த வண்ணமே இருக்கிறார்.

உஜ்ஜையினி மாகாளி கோவிலில் ஒருகாலில் நின்று மணிக்கணக்காக உலக நலனுக்காக ஜெபம் செய்துள்ளார்.

காவிரி, கங்கை, கோதாவரி, பம்பை, சந்திர பாகா நதிகளில் கழுத்தளவு நீரில் நின்று மணிக்கணக்காக ஜெபம் செய்துள்ளார்.

குற்றாலம், திருப்பதி, திருநீர் மலையில் மணிக்கணக்காக வெயிலில் ஜெபம் செய்துள்ளார். ஆசிரமத்தில் ஐயாயிரம் ருத்ராக்ஷங்களை அணிந்து நாள் முழுவதும் மழை வேண்டி ஜெபம் செய்துள்ளார்.

சமீபத்தில் இவர் செய்தவைகள்: 26.04.2016 அன்று திருப்பதிமலையில் அடர்ந்த காட்டில், கடும் வெயிலில் பாராங்கல் மீது அமர்ந்து ஆறு மணி நேரம் ஜெபம் செய்து பிரார்த்தித்துள்ளார்.

இயற்கை சீற்றம், இன்னல்களின் அரங்கேற்றம் என்று இன்றைய காலக் கட்டத்தில் பல மாற்றங்கள், பல இடர்கள், பல்வேறு பிரச்சனைகளால் அவதியும் மக்களுக்காகவும், கோடை வெயிலின் வெப்பம் தணியவும், மக்கள் சுபமாக, சுபிட்சமாக, மகிழ்ச்சியாக சண்டை சச்சரவு வியாதி இன்றி வாழவும் ஸ்ரீனிவாசன் அருள்புரியும் திருப்பதி மலையில் முதல்நாள், 25ம் தேதி விரதம் இருந்து இரண்டாம் நாள் 26ம் தேதி விரதம் இருந்து ஆறு மணி நேரம், மலையை ஒட்டிய அடர்ந்த காட்டில் சுட்டுப் பொசுக்கும் வெயில், வெயிலின் உஷ்ணம் தணியவும், நல்ல மழை பொழியவும், மக்கள் கஷ்டங்கள், குழப்பங்கள் நீங்கி வாழவும், திருப்பதி ஏழுமலையானைப் பிரார்த்தித்து, கடுந்தவம் மேற்கொண்டார்.

ஓம் நமோ நாராயணா, ஓம் நமோ பகவதே வாசு தேவாய என்று ஆறு மணி நேரம் இடைவிடாது ஜெபம் செய்து, காலநிலை மாற்றத்தால் ஏற்படும் கவலைகள் போக்கவும், மக்கள் அமைதியாகவும் நிம்மதியாக வாழவும், திருமலை வேங்கடேசனைக் குறித்து பிரார்த்தித்தார். கடுந்தவமியற்றி ஆனந்தக் கடலில் இறை தரிசனம் கண்டு ஆத்மானுபவம் கொண்டார்.

பஞ்சக்கினி தவம்:

சென்னையில் வெப்ப தாக்கம் குறையவும், மக்கள் இன்னல்கள் நீங்கவும் 27.05.2016 அன்று பஞ்சாக்கினி தவம் என்றால் சுற்றி நான்கு பக்கங்களிலும் விறகுக் கட்டுக்களை எறியவிட்டு நெருப்பு மூட்டி சுட்டுப் பொசுக்கும் சூரியன் மேலே கனல் கக்க அதன் நடுவே அமர்ந்து ஜெபம் செய்தார் ஸ்ரீபரத்வாஜ் சுவாமிகள். பூமி குளிரவும், உயிர்கள், பிராணிகள்,

செடி கொடிகள் யாவும் மழையால் மகிழ்ச்சியடையவும், ஐஸ்வர்யம் சுபிட்சம் பெற்று வாழ வேண்டி செய்தார்.

இந்த தவத்தை சுவாமிகள் இரண்டு நாட்கள் 5 மணி நேரம் வீதம் ஸ்ரீபரத்வாஜ் சுவாமிகள் கடும் தவம் புரிந்தார். ஸ்ரீபுவனேஸ்வரி அம்பாளைக் குறித்த இந்தத் தவத்தில் கொதிக்கும் வெயிலிலும், நெருப்பு, அனலின் நடுவிலும் உண்ணா நோன்பு இருந்து, மனமுருகி வேண்டி பிரார்த்தித்து நெஞ்சுருக ஓம் ஸ்ரீம் ஹ்ரீம் ஸ்ரீம் என்று புவனேஸ்வரி மந்திரங்களைக் கூறக் கண்ட பக்தர்கள் கண்களில் கண்ணீர் மல்கியது.

ஸ்ரீசுவாமிகளும், ஜெப தப மகிமையால் ஜோதி போன்ற தேஜஸூடன் ஜொலித்தார். அதனைக் கண்டு பக்தர்கள் அவரது அருள் பெற்றனர்.

மார்ச் மாதம் பூஜை: 25.03.2016 தேதியன்று ஸ்ரீயோக மாயா புவனேஸ்வரி பீடத்தில் அம்பாள் புவனேஸ்வரிக்கு ஒரு லட்சம் ரோஜா மலர்களால் புஷ்பாஞ்சலி, புஷ்பயாகத் தினை ஜகத்குரு ஸ்ரீபரத்வாஜ் சுவாமிகள் நடத்தினார்.

பங்குனி உத்திரம் மற்றும் பௌர்ணமியை ஒட்டி, புவனேஸ்வரி அம்பாள் ரோஜா மாலைகள், மல்லி மாலைகளால் அலங்கரிக்கப்பட்டு ஜகச்சோதியாய் பிரகாசத்தோடு தங்க கிரீடத்துடன் அருள்பாலித்த காட்சி பக்தர்களைப் பரவசத்தில் ஆழ்த்தியது. ஜவ்வாது, அரகஜா, அத்தர் போன்ற வாசனைத் திரவியங்கள் அம்பாளின் திருமேனியில் சாத்தப்பட்டது. வேத மந்திரங்கள் ஸ்ரீஸூக்தம் சகஸ்ரநாம மந்திரங்களால் ரோஜா மலர்களைக் கொண்டு ஸ்ரீபரத்வாஜ் சுவாமிகள் ஸ்ரீபுவனேஸ்வரிக்கு மூன்று மணி நேரம் பூஜை நடத்திய போது பக்தர்கள் ஆனந்தக் கண்ணீர் மல்கிட பக்தி பரவசத்துடன் இந்த அபூர்வ தரிசனத்தைக் கண்டு மகிழ்ந்தனர்.

மணம் பரப்பும் ரோஜா மலர்களின் இடையே புவனேஸ்வரி கொலுவீற்றிருந்த காட்சி நம் கண்களைக் கவர்ந்து கொண்டது. தெய்வீகமான நிலை நம் மனதை நிறைத்தது. பக்தியினாலும், அன்புடனும் அம்பிக்கைக்கு புஷ்பாஞ்சலி ஆராதனை நடத்திய ஸ்ரீபரத்வாஜ் சுவாமிகளின் தேகம் ஒளி வீசியதை கண்டபோது அம்பிகை அவரை முழுமையாக ஆட்கொண்டதை உணர முடிந்தது.

சக்தி உபாசகரான ஸ்ரீபரத்வாஜ் சுவாமிகள் ஒன்பது கோடி முறை ஹரித்துவார் கங்கை நதியில் பாலா மந்திரத்தை ஜெபித்து வரம் பெற்றதன் காரணமாய் இந்த புஷ்பயாகத்தை நடத்தினார்.

மகாமேருவில் அபிஷேகம் செய்யப்பட்ட வெண்ணை பிரசாதத்தை குழந்தை பாக்கியம் ஏற்பட வேண்டி வந்த தம்பதியருக்கு சுவாமிகள் அளித்தார். சந்தனப் பிரசாதம் அரசு பதவிகளில் அங்கம் வகிக்க வேண்டியும், மக்கள் பணியாற்ற விரும்பி வந்தவர்களுக்குத் தரப்பட்டது.

நோய் நிவாரணத்திற்காக மகா மேருவில் வைக்கப்பட்ட யாக பஸ்மத்தை சுவாமிகள் தன் கைராசியான ஜெபதபம் உருவேற்றப்பட்ட கையால் தந்து ஆசிர்வதித்தார். புற்றுநோய் போன்ற கொடிய நோய்களைத் தீர்க்கும் சக்தி இந்த யாக பஸ்மத்திற்கு உண்டு.

திருமணம் நடக்க வேண்டியும், ஐஸ்வர்ய பிராப்தி உண்டாகவும் மற்றும் பிரார்த்தனைகள் வேண்டுதல்கள் நிறைவேற ஸ்ரீயோகமாயா புவனேஸ்வரி பீடத்தில் மூன்று பௌர்ணமி தினத்தில் தேவிக்கு நடத்தப்படும் 64 வித அபிஷேகங்களைத் தரிசிப்பவர்களுக்கு நினைத்த காரியம் கை கூடுவதாக பக்தர்கள் நம்புகின்றனர்.

நோய் நிவாரணம், சுகமான வாழ்வு, செல்வச் செழிப்பு, குழந்தைப் பாக்கியம், பருவமழை ஆகிய நற்பலன்கள் ஏற்பட பிரார்த்தனை செய்து இந்தப் பூஜை ஸ்ரீபரத்வாஜ் சுவாமிகளால் நடத்தப்பட்டது.

10 ஆயிரம் ருத்ராட்சம் அணிந்து ஜபம்: 14.06.2016 அம்பத்தூரில் ஸ்ரீயோகமாயா புவனேஸ்வரி பீடத்தில் பாரத தேச மக்கள் நோய் நொடியின்றி வாழவும், சுபிட்சம் பெருகி

லக்ஷ்மி கடாக்ஷம் பெற்று சிறக்கவும், 10 ஆயிரம் ருத்ராட்சங்கள் அணிந்து ஆறு மணி நேரம் அன்ன ஆகாரமின்றி சிவபெருமானைக் குறித்து ஜகத்குரு ஸ்ரீ பரத்வாஜ் சுவாமிகள் தவம் இருந்தார்.

கூடியிருந்த பக்தர்கள் 'ஓம் நமச்சிவாய' என்று பக்தியுடன் உரக்க கோஷமிட்டனர். சுவாமிகளைப் பக்தி மேலிட வந்து வலம் செய்து வணங்கி பரவசம் கொண்டனர். நீண்ட நேரம் நடந்த இந்த தபஸால் சுவாமிகளின் தேஜஸ் சூரியன் போன்று பிரகாசித்ததைக் கண்டு மக்கள் அதிசயித்தனர்.

பிரம்மதேஜஸ் என்ற சக்திமிக்க ஒளியோடு இந்த ஸ்ரீபரத்வாஜ் சுவாமிகள் வந்திருந்த பக்தர்களுக்கு தான் தவம் நடத்திய ருத்ராட்சங்களை தனது அருளாசியுடன் வழங்கினார். இதனால் பக்தர்கள் சகல செல்வங்களையும் விட மேலானதாகக் கருதி பெற்றுக் கொண்டு அகம் குளிர்ந்தனர். மகத்தான செல்வம் அடைந்ததாக மட்டற்ற மகிழ்ச்சி கொண்டனர்.

அங்காள பரமேஸ்வரி கோயில் கும்பாபிஷேகம்: *16.06.2016* அன்று நெற்குன்றம் அன்னம்மாள் நகர் ஸ்ரீ அங்காள பரமேஸ்வரி அம்மன் ஆலய கும்பாபிஷேகத்தை ஸ்ரீயோக மாயா புவனேஸ்வரி பீடாதிபதியான ஸ்ரீபரத்வாஜ் சுவாமிகள் நடத்தி வைத்தார். இதே போன்று மே மாதம், தாம்பரத்தில் பிள்ளையார் மற்றும் லட்சுமி குபேரர் ஆலய கும்பாபிஷேகத்தை நடத்தி வைத்தார்.

இவ்விடங்களில் சுவாமிகளுக்குப் பூரண கும்ப வரவேற்பு செய்து ஆள் உயர ரோஜா மாலை போட்டு மேளதாளத்துடன் பக்தியுடன் பெரு வெள்ளமாக பக்தர்கள் கூட்டம் இவரை வாழ்த்தி வணங்கி வரவேற்றனர். வெட்டிவேர் மாலை, மல்லிகை ஏலக்காய் மாலை, மலர் கிரீடம், மலர் செண்டு தந்து வரவேற்று குதூகலம் அடைந்தனர்.

வேத கோஷம் முழங்க யாக சாலையில் பூரணாகதியை ஸ்ரீசுவாமிகள் தன் கமல மலர்க்கரங்களால் பக்தியோடு செய்தார். கோபுர கலசத்திற்கு ஜெப தபம் செய்து மெருகு ஏறிய கரங்களால் புனித நீரை கலச நீரை ஊற்றி மகா கும்பாபிஷேகம் நடத்தினார்.

பக்தர்கள் உற்சாகத்துடனும் மகிழ்ச்சியுடனும் சுவாமிகளைத் தரிசித்தனர். ஆசி பெற்றனர். கோடி கோடி அர்ச்சனை அபிஷேகம் செய்த பொன் மலர்க் கரங்களால் புனித நீரை பக்தர்களுக்குத் தெளித்து அவர்களது நோய் தீரவும் ஐஸ்வர்யம் பெற்று, வாழும்படி அருளாசி வழங்கினார்.

அம்பத்தூர் ஸ்ரீ யோக மாயா புவனேஸ்வரி பீடத்தில் ஓம் ஸ்ரீம் ஹ்ரீம் ஸ்ரீம் என்ற புவனேஸ்வரி மந்திரத்தினை *26.06.2016* அன்று இரவு முழுவதும் கண் விழித்து காலையிலிருந்து விரதமிருந்து ஸப்தமி, அஷ்டதி திதிகள் சேரும் தினத்தில் மக்கள் நோயின்றி வாழவும், செல்வச் செழிப்பும், ஐஸ்வர்யமும் பெற்று சிறந்து வாழவும், உலகில் சாந்தியும், அமைதியும் நிலவவும் அம்பிகையைப் பிரார்த்தித்து ஜகத்குரு

பரமஹம்ச ஸ்ரீபரத்வாஜ் சுவாமிகள் ஒரு லட்சம் முறை ஜெபம் மற்றும் அர்ச்சனை நடத்தினார். பட்டினியாக உபவாச மிருந்து, உறக்கமின்றி இரவு முழுவதும் கண் மூடாது நடத்தப்பட்ட இந்த அர்ச்சனைகளால் ஆன வேள்வி நடந்தது. இளநீர், மாதுளை முத்துக்கள், பால் பாயசம் அம்பிக்கைக்கு நிவேதனம் செய்யப்பட்டது.

அர்ச்சனை தொடங்கும் முன் மாம்பழம், ஆரஞ்சு, திராட்சை, ஆப்பிள், கொய்யா, வாழை, அன்னாசி ஆகிய ஏழு வகை கனிகளைக் கொண்டு யோகமாயா புவனேஸ்வரிக்கு அபிஷேகம் செய்தார். அர்ச்சனை வேள்வி செய்யும் நேரத்தில் சுவாமிகளின் முகமும் மற்றும் தேகமும் பிரகாசத்தோடு, பொன் போன்ற பொலிவோடு காணப்பட்டார்.

அம்பாள் அனுக்கிரகம் எல்லோருக்கும் கிடைக்கட்டும் என்று அருளாசி வழங்கி அர்ச்சித்த பூக்களைப் பிரசாதமாக தனது புனித கரங்களால் தந்து அருளினார். அவரது மலர்க்கரங்களால் பெற்ற மலர் பிரசாதத்தை மகத்தான செல்வமென பக்தியோடு பெற்றுக் களித்தனர் பக்தர்.

இப்படியாக எப்போதும் உலக மக்களும், சகல ஜீவராசிகளும் தனது பக்தர்களும் இன்புற்று இருக்க மிகப்பெரிய விசேடமான ஜபதப, வேள்விகளை ஸ்ரீபரத்வாஜ் சுவாமிகள் எந்தவித பிரதி பலனையோ, பேரையோ, புகழையோ விரும்பாது, மகத்தான பணியாகச் செய்து மக்கள் சேவையை செய்து வருகிறார் இந்த மாபெரும் புனிதத்துறவி.

அனுபவம் உரைக்கும் பக்தர்: என் பெயர் மாரியப்பன். திருநெல்வேலி ஜில்லா புளியங்குடியிலிருந்து வந்துள்ளேன். நான் காவல்துறையில் பணியாற்றி வந்தேன். ஆயுதப்படை பிரிவில் பணியாற்றி வந்த என்னை வேண்டாத சிலர் சொன்ன பொய் புகாரால் என்னை இடைக்காலப் பணிநீக்கம் செய்து விட்டனர்.

என் உயர் அதிகாரிகள் பலரிடமும் நேரில் சென்று என் பக்கம் உள்ள நியாயங்களை எடுத்துச் சொன்னேன். நான் குற்றமற்றவன் என மன்றாடினேன். எந்த பலனும் கிட்டவில்லை. அந்த வகையில் ஆறு மாதம் வரை என் மனம் சித்ரவதைப் பட்டு வந்ததை வர்ணிக்க வார்த்தையே இல்லை.

குடும்பம் நடத்தவே சிரமப்பட்ட நிலையில் சென்ற வாரம் ஒருமுறை தொலைக்காட்சியில் (சங்கரா சேனலில் காலை 9 மணி முதல் 9.30 மணி வரை, தினமும் திங்கள் முதல் வெள்ளிவரை) பரத்வாஜ் ஆசிரமம் பற்றி காண்பிக்கின்றனர். பரத்வாஜ் ஆசிரமத்தைப் பற்றிச் சொன்ன விவரங்களை நினைவுபடுத்தி என் மனைவி சொன்னதின் பேரில் மனத்தில் சற்றே நம்பிக்கை ஏற்பட்டது.

அதிகாரிகள் ஒப்புக் கொள்ளாத நிலையில் எங்கேயோ இருக்கும் ஸ்வாமிகள் இதற்கு என்ன செய்ய முடியும் என்ற அவநம்பிக்கை ஒருபுறம் ஏற்பட்டாலும், மனைவியின் தொடர்ச்சியான தூண்டுதலின்பேரில் இங்கு புறப்பட்டு வந்து ஸ்வாமிகளைச் சந்தித்து விவரம் சொன்னேன்.

சுவாமிகள் ஒரு தாளில் ஒரு சுலோகம் எழுதித்தந்து தினமும் காலை, மாலை 21 முறை படித்து வரச் சொன்னார். ஒரு குங்குமப் பொட்டலம் தந்து தினமும் உன் நெற்றியில் இந்தக் குங்குமத்தை அணிந்து கொண்டு மற்ற நேரங்களில் சட்டைப் பையிலே வைத்துக் கொள். அம்பாளை வழிபட்டு வந்தால் அம்பாள் விரைவில் நல்லன செய்வாள் என்று ஆசி கூறி அனுப்பினார்.

நானும் அப்படியே செய்து வந்தேன். அதிகாரிகளுக் கெல்லாம் அதிகாரியான அம்பாளின் உத்தரவிற்கு மாற்று உத்தரவு உண்டோ? எனக்கு வேலையில் வந்து சேரும்படி பத்து நாட்களிலேயே என் அலுவலகத்திலிருந்து உத்தரவு வந்தது. நானும் வேலையில் சேர்ந்து இப்போது எந்தப்

பிரச்சனையும் இல்லாமல் நிம்மதியாக இருந்து வருகிறேன். எல்லாம் சுவாமிகளின் அருளாசி என்று கை கூப்புகிறார்.

சுவாமிகளை தரிசிக்க வேண்டிய முகவரி:

ஸ்ரீபுவனேஸ்வரி மந்திரம், 36, அனுமந்தராயன் கோயில் தெரு, திருவல்லிக்கேணி, சென்னை - 600 005. தினமும் மாலை 5.30 மணி முதல் 7.30 மணி தரிசிக்கலாம். தொலைபேசி: 0984677555

ஸ்ரீ யோகமாயா புவனேஸ்வரி பீடம், ஸ்ரீபரத்வாஜ் ஆசிரமம், ரெட்ஹில்ஸ் ரோடு, கங்கை நகர், கள்ளிக்குப்பம், அம்பத்தூர், சென்னை - 600 053. தினமும் காலை 10 மணி முதல் பகல் 1 மணி வரை தரிசிக்கலாம். தொலைபேசி: 09884677555.

✪✪✪

www.ingramcontent.com/pod-product-compliance
Lightning Source LLC
LaVergne TN
LVHW100540051026
849519LV00003B/830